WILLKOMMEN ZUM
OKTOBERFEST

प्रवाह हाईनचा

वेध जर्मन संस्कृतीचा

सिद्धेश आरती श्याम वकील

#AnyoneCanPublish with
सकाळ प्रकाशन

#AnyoneCanPublish with
सकाळ प्रकाशन

Pravah Rhinecha

प्रवाह ऱ्हाईनचा

प्रथम आवृत्ती	:	२४ मे २०२६
प्रकाशक	:	सकाळ मीडिया प्रा. लि. ५९५, बुधवार पेठ, पुणे ४११ ००२
मुखपृष्ठ, मांडणी व मुद्रितशोधन	:	सारद मजकूर, पुणे
मुद्रणस्थळ	:	विकास प्रिंटिंग अॅण्ड कॅरिअर्स प्रा. लि. प्लॉट नं. ३२, एमआयडीसी, सातपूर, नाशिक
ISBN	:	978-93-47138-54-6
संपर्क	:	९८८१५ ९८८१५ / ८८८८८ ४९०५० sakalprakashan@esakal.com

ज्यांच्या चरणी नतमस्तक होताच
मन शांत होतं,
ज्यांच्या कृपेतून
भक्तीचा सुगंध लाभतो, अशा
प. पू. श्री गुरुनाथ महाराज (ताता),
श्री प्रभुराज महाराज
आणि श्री योगीराज महाराज दंडवते (गाणगापूर)
यांच्या पावन चरणी
हे पुस्तक भक्तिभावे अर्पण

प्रस्तावना

औत्सुक्य ऱ्हाईनच्या प्रवाहाचं...

‘प्रवाह ऱ्हाईनचा’ या पुस्तकाची प्रस्तावना लिहिण्याचा सन्मान मला मिळतो आहे, याबद्दल मी प्रथम ‘सकाळ प्रकाशनाबच्या अमृता देसर्डा यांचे आभार मानतो. कारण ‘या या पुस्तकाला तुम्ही प्रस्तावना लिहिणार का?’ असा प्रश्न विचारूनच त्यांनी मला सन्मान दिल्याचं मला जाणवलं, कारण पुण्यात जर्मन भाषेत काम करणारे अनेक विद्वान असताना देसर्डा मॅडमनी ही कामगिरी सोपवून माझ्यावर एक गोड जबाबदारी टाकली आहे. सिद्धेश आरती श्याम वकील यांचा फोन नंबर मिळताच मी त्यांच्याशी बोललो, तर असं लक्षात आलं, की वकील यांच्या या पुस्तकातून मला स्वत:ला बरंच काही शिकायला मिळणार आहे.

भारत देशाचं नाव घेताच गंगा या पवित्र नदीचं नाव स्मरलं जातं, तद्वतच जर्मनी म्हणजे ऱ्हाईन नदी अशीच ओळख आपसूकच मनात येते. एकूणच जर्मन

अर्थव्यवस्था आणि ऱ्हाईन नदी यांचं एकमेकांशी अतूट असं नातं आहे.

ऱ्हाईन ही नदी युरोपच्या मुख्य नद्यांपैकी एक आहे. ही नदी स्वित्झर्लंडच्या ग्रॉबूंडेन कँटनमधून आपला प्रवास सुरू करते. स्वित्झर्लंड-लिक्सेंस्टाईन सीमेला स्पर्श करून स्वित्झर्लंड-ऑस्ट्रियन सीमेवर एक भाग तयार करते. लेक कॉन्स्टन्सपासून खालच्या बाजूला, ही स्वित्झर्लंड-जर्मन सीमेलगत एक भाग तयार करते. त्यानंतर ऱ्हाईन फ्रान्स आणि जर्मनी यांच्या सीमारेषा स्पष्ट करते. नंतर ती जंगलाच्या ऱ्हाईनलँडमधून प्रामुख्याने उत्तरेच्या दिशेने वाहते. शेवटी, ही नदी प्रामुख्याने पश्चिमेकडे वळते आणि नेदरलँडमध्ये प्रवेश करून उत्तर सागरात शिरते. एक लाख ८५ हजार चौरस किमी एवढं प्रचंड य़ा नदीचं क्षेत्रफळ आहे. बास-ऱ्हाईन, ऱ्हाईन-सिग, ऑट ऱ्हाईन अशा काही भागांची नावेदेखील या नदीच्या नावावरून पडली आहेत.

सिद्धेश वकील यांच्या पुस्तकातली भाषा अतिशय ओघवती असल्यानं वाचकाला आकर्षित करते. यातल्या प्रत्येक प्रसंगातून वाचकांच्या डोळ्यासमोर जर्मनीची चित्राकृती तयार होते. यातूनच लेखकाची अभ्यासू निरीक्षणक्षमता वाचकाच्या चटकन ध्यानात येते. जर्मनीची भौगोलिक स्थिती, जर्मन कुटुंबव्यवस्था, इतिहास, जर्मन संस्कृती, राज्यव्यवस्था, जर्मन लोकांचं दैनंदिन जीवन, त्यांची आदर्श जीवनमूल्ये, तिथली शिक्षणव्यवस्था या सारख्या बारकाव्यांना लेखकाने पुस्तकात भरपूर वाव दिलेला आहे. वाचकांच्या मनात जर्मन लोक आणि संस्कृती, प्रथा व रीतिरिवाजांविषयी असलेले समज-गैरसमज या पुस्तकाच्या माध्यमातून सहज दूर होतात.

या पुस्तकातून जर्मनी या देशाचा सखोल अभ्यास तर होतोच, त्याचबरोबर तिथल्या जनतेविषयी, संस्कृती आणि परंपरांविषयी वाचकाच्या मनात निर्माण होणारे औत्सुक्य हाच या पुस्तकाचा गाभा आहे.

– डॉ. राजेंद्र पडतुरे
बेंगळुरू

मनोगत

प्रिय वाचकहो, मी ज्या गोष्टी अनुभवल्या त्या केवळ माझ्यापुरत्या राहू नयेत, या साध्या जाणिवेतून माझ्या लेखनाची सुरुवात झाली. त्या अनुभवांमध्ये संस्कृती होती, भाषा होती, जर्मनीचा शिस्तप्रिय प्रवास होता आणि त्याहूनही महत्त्वाची मनात खोलवर उमटणारी स्वतःला शोधण्याची तळमळ होती. माझं आयुष्य साध्या मार्गानं सुरू झालं; पण एके दिवशी एका भाषेनं माझ्या आयुष्याला नवीन दिशा दिली, ती भाषा म्हणजे जर्मन. पहिल्यांदा जर्मन शब्द कानावर पडले, तेव्हा ते फक्त 'परकीय' वाटले; पण जसजसा प्रवास पुढे गेला, तसतसे ते शब्द माझ्या विचारांचे साथीदार झाले.

जर्मन भाषा शिकताना मी केवळ व्याकरण शिकलो नाही; मी एक संस्कृती पाहिली, जीवनशैली अनुभवली आणि मानवी विचारसरणीची एक वेगळी बाजू समजली. कठीण प्रसंग आले, आत्मविश्वास डळमळला, गैरसमज झाले, चुका केल्या; पण या प्रत्येक गोष्टीनं मला उभं राहायला शिकवलं. विद्यार्थ्यांशी, शिक्षकांशी, विविध क्षेत्रांतल्या लोकांशी संवाद साधताना मला हळूहळू जाणवलं,

आपण सर्व जण शिकण्याचा आणि स्वतःला घडवण्याचा समान प्रयत्न करत असतो. हे पुस्तक वाचताना माझा प्रवास तुम्हाला जाणवावा, तुमच्या स्वतःच्या प्रवासाला नवी दिशा मिळावी, नवे विचार उमलावेत, हीच माझी मनापासून इच्छा आहे. आपण ज्या गोष्टी शिकतो, त्यातून घडतो; पण आपण ज्या गोष्टी जगतो, त्यातून ओळखले जातो. म्हणूनच या पुस्तकातले लेखन हे केवळ माहितीवर आधारित नाही ते माझ्या निरीक्षणांवर आणि समजुतींवर आधारित आहे. यात कोणत्याही देशाला किंवा समूहाला श्रेष्ठ किंवा कनिष्ठ ठरवणे हा माझा हेतू अजिबात नाही. भारतातून जर्मनीमध्ये जाऊन तिथं राहण्याची इच्छा असणारे विद्यार्थी, व्यावसायिक व सर्वांनाच थोडीशी मदत व्हावी हा यामागचा उद्देश आहे.

तसेच जर्मनी या देशाबद्दल या पुस्तकात वेगवेगळ्या प्रकरणांत वर्णन केलेल्या परिस्थितीपेक्षा जर्मनीमधली प्रत्यक्ष परिस्थिती वेगळी असण्याची शक्यता आहे. हेही इथं मी नम्रपणे नमूद करू इच्छितो. संपूर्ण प्रवासात मला अनेक ज्ञानी, आणि प्रेरणादायी व्यक्तींचा मोलाचा सहवास लाभला. परमपूज्य सद्गुरू श्री योगीराज महाराज दंडवते यांचे आशीर्वाद नसते, तर माझ्या जीवनप्रवासाला मिळालेली ऊर्जा, दिशा कधीच शक्य झाली नसती. माझ्या प्रत्येक कृतीमागे, प्रत्येक यशामागे आणि प्रत्येक चांगल्या विचारामागे त्यांच्या कृपेचा स्पर्श आहे. या पुस्तकातील जे काही अर्थपूर्ण आहे, ते त्यांच्याच कृपाशक्तीचे फलित आहे.

हे पुस्तक वाचकांच्या हाती येण्यामागे अनेक हातांचा, अनेक मनांचा आणि अथक परिश्रमांचा वाटा आहे. या प्रवासात मला मार्गदर्शन, विश्वास आणि पाठबळ देणाऱ्या 'सकाळ प्रकाशन'च्या सर्व टीमचे मनःपूर्वक आभार मानणे हे माझे कर्तव्यच आहे.

विशेष उल्लेख करावासा वाटतो, तो अमृता मॅडम यांचा. त्यांच्या सूक्ष्म निरीक्षणशक्तीमुळे, सकारात्मक दृष्टिकोनामुळे आणि सतत दिलेल्या प्रोत्साहनामुळे या पुस्तकाला योग्य आकार मिळू शकला. लेखकाच्या भावनांना समजून घेऊन त्याला योग्य दिशा देण्याची त्यांची क्षमता खरोखरच प्रशंसनीय आहे. त्यांच्या संयमपूर्ण मार्गदर्शनामुळे आणि व्यावसायिक दृष्टिकोनामुळे हा संपूर्ण प्रकाशनप्रक्रियेचा प्रवास सुखद व प्रेरणादायी ठरला.

'सकाळ प्रकाशन'च्या संपादकीय, निर्मिती, डिझाइन आणि विपणन विभागातील प्रत्येक सदस्याचे मनापासून आभार. प्रत्येकानं आपापल्या भूमिकेतून दिलेले योगदान या पुस्तकाच्या गुणवत्तेत निश्चितच भर घालणारे आहे.

या पुस्तकाच्या माध्यमातून माझे विचार वाचकांपर्यंत पोहोचवण्याची संधी

दिल्याबद्दल 'सकाळ प्रकाशन' परिवाराचा मी ऋणी आहे.

प्रकाश चितळे सर यांचे प्रेरक मार्गदर्शन, डॉ. लता महागावकर, अर्चना राठोड यांचा प्रेमळ पाठिंबा, सारिका विनायक पाटील हिचे बहुमोल सहकार्य आणि अनेक जणांचा नि:स्वार्थ सहभाग आणि साथ याशिवाय हे पुस्तक कधीच पूर्णत्वाला पोहोचले नसते. या सर्वांचा मी मनापासून आणि अत्यंत कृतज्ञतेने ऋणी आहे.

या लेखनात काहीही चांगलं जमलं असेल, तर ते सर्व सद्गुरूंच्या कृपेनं आणि वरील सर्व व्यक्तींच्या पाठिंब्यामुळेच आहे.

या उलट काही कमी राहिले असेल, काही चुकले असेल, तर ती पूर्णपणे माझीच जबाबदारी आहे. अनवधानाने वर कोणाचा उल्लेख करायचा राहून गेला असल्यास क्षमा करावी.

आज, परमपूज्य सद्गुरू श्री योगीराज महाराज दंडवते यांच्या पावन चरणी साष्टांग दंडवत करून, माझा हा पहिलाच लेखनप्रपंच प्रिय वाचकांच्या हाती देताना माझे मन अपरिमित आनंदाने आणि नम्रतेने भरून गेले आहे.

- सिद्धेश आरती श्याम वकील

अनुक्रम

CLUB
HOUSE
Germany
WILLKOMMEN
IN
DEUTSCHLAND

पुणे शहरातली एक शांत दुपार. साधारण ४ ते ४.३०चा सुमार होता. सानेंची मानसी आजच सकाळी जर्मनीहून वीस दिवसांसाठी दिवाळीच्या निमित्तानं आली होती. दुपारचा जरा आराम करून तिनं प्रवासाचा सगळा थकवा घालवला. तिला जाग आली, तोच सोसायटीमधल्या काही बायका मंजिरी काकूंशी, म्हणजेच मानसीच्या आईशी गप्पा मारायला आल्या होत्या. त्यांचं बोलणं मानसीच्या कानावर आलं.

सगळ्यांची मुलं दिवाळीनिमित्त सुट्या असल्यानं घरी होती; पण अलीकडे मुलं पहिल्यासारखी मस्ती, खोड्या, दंगा-खेळ काही न करता, जेव्हा पहावं तेव्हा फक्त मोबाइल, लॅपटॉप, व्हिडिओ गेम्स किंवा ओटीटी पाहत स्क्रीनला चिकटलेली होती. 'ही मुलं स्क्रीनपासून लांब कशी ठेवायची?' हा एकच प्रश्न सगळ्यांना सतावत होता. मानसीनं ही चर्चा ऐकली आणि सगळ्या बायकांना उद्देशून म्हणाली, "खूप नाही; पण दिवसातला काही वेळ तरी मी मुलांना स्क्रीनपासून लांब नक्की ठेवण्याचा प्रयत्न करू शकते. पुढचे काही दिवस रोज मी मुलांना जर्मनीबद्दल माहिती सांगू शकते. त्यामुळे मुलं स्क्रीनपासून काही वेळ सहज दूर राहतील."

हे ऐकून सगळ्या बायका अतिशय आनंदी झाल्या. त्या म्हणाल्या, "मानसी, अगदी उत्तम कल्पना! तू जर्मनीबद्दल सांगणार असशील तर मुलंच काय, आम्ही मोठेही नक्की येऊ ऐकायला. सोसायटीच्या क्लब हाउसमध्येच सगळ्यांना जमवू."

मानसीनं आनंदाने होकार दिला. सगळ्या बायकांनी आपापल्या मुलांना आणि घरच्यांना ही गोष्ट सांगितली. जर्मनीबद्दल ऐकायला मिळणार, म्हणून सगळी मुलं खूप उत्साहित झाली. संध्याकाळी क्लब हाउसमध्ये सगळे जमण्याआधीच मुलं येऊन हजर झाली.

सोसायटीमधले सगळे सदस्य ठरलेल्या वेळेला कुटुंबासहित क्लब हाउसमध्ये जमले. सर्व जण आल्यावर मानसीनं ती इथून शिक्षणासाठी जर्मनीला कशी गेली आणि आता तिला फ्रँकफर्ट शहरात उत्तम पगाराची नोकरी मिळाल्याचं प्रथम सांगितलं. सर्वांच्या अभिनंदनाचा आणि शुभेच्छांचा स्वीकार हसतमुखानं करून झाल्यावर मानसीनं जर्मनी या देशाचं वर्णन करण्यास सुरुवात केली...

ओळख जर्मनीची...

मानसीनं जर्मनीबद्दल बोलायला सुरुवात करताच सगळ्यांच्या मनात उत्सुकता निर्माण झाली. जर्मनीबद्दल वेगळं आणि रंजक ऐकायला मिळणार आहे, ही भावना सगळ्यांच्या चेहऱ्यावर दिसत होती. मात्र, प्रियांका, प्रथमेश, मयुरेश आणि अनुष्का काहीसे साशंक होते. 'खरंच हे ऐकायला मजा येणार का?' असा प्रश्न जणू त्यांच्या मनात होता.

हे मानसीच्या लक्षात आलं आणि ती म्हणाली, "आज आपण अभ्यास करायला नाही तर एका नव्या देशाची सफर करायला जमलोय. जर्मनी म्हणजे वेगळ्या कल्पना, शिस्त, सुंदर निसर्ग, भन्नाट शोध आणि खूप रंजक गोष्टींची दुनिया आहे."

सगळेजण ऐकायला उत्सुक आहेत हे पाहिल्यावर मानसी म्हणाली, "चला तर मग, जर्मनीची एक वेगळी ओळख आता करून घेऊ या..."

एखाद्या देशाची ओळख फक्त त्याच्या सीमा, नकाशावरच्या रेषा किंवा आकडेवारीतून होत नसते. त्या देशाच्या भूमीला स्पर्श करणारे वारे, वाहणाऱ्या नद्या, पर्वतरांगांमध्ये दडलेली शांतता आणि समुद्राच्या लाटांशी असलेलं नातं या सगळ्यातून राष्ट्राचा आत्मा घडत असतो.

जर्मनी या देशाचा विचार केला, की हे प्रकर्षानं जाणवतं. युरोपच्या मध्यभागी वसलेला हा देश केवळ भौगोलिकदृष्ट्या नव्हे, तर ऐतिहासिक, सांस्कृतिक आणि वैचारिक अर्थानंही युरोपच्या केंद्रस्थानी राहिला आहे. युरोपच्या नकाशावर बोट ठेवून पाहिलं, तर जर्मनी अगदी मध्यावर आहे. उत्तर, दक्षिण, पूर्व आणि पश्चिम युरोप यांना जोडणारा हा देश म्हणजे जणू खंडाचा मध्यबिंदू आहे.

जर्मनीचं भौगोलिक स्थान

इतिहासाच्या प्रत्येक टप्प्यावर जर्मनी त्याच्या या मध्यवर्ती स्थानामुळेच युरोपच्या घडामोडींमध्ये ओढला गेला. कधी व्यापाराच्या मार्गांनी, कधी संस्कृतीच्या देवाण-घेवाणीतून, तर कधी युद्धांच्या रणधुमाळीतून. जर्मनीची भौगोलिक ओळख अधिक ठळक होते, ती त्याच्या शेजारी राष्ट्रांमुळे. नऊ देशांच्या सीमांना स्पर्श करणारा जर्मनी हा युरोपमधला एक दुर्मीळ अनुभव आहे. डेन्मार्कपासून स्वित्झर्लंडपर्यंत, फ्रान्सपासून पोलंडपर्यंत. प्रत्येक सीमा ही वेगळी संस्कृती, वेगळी भाषा आणि वेगळा ऐतिहासिक अनुभव घेऊन येते. या सीमांमुळे जर्मनी कधीच एकाकी राहिला नाही. सतत संपर्कात राहणं, शेजाऱ्यांशी जुळवून घेणं आणि भिन्नतेतून सहअस्तित्व निर्माण करणं ही जर्मन समाजजीवनाची भौगोलिक देणगी आहे.

जर्मनीचं स्थान उत्तर गोलार्धातल्या समशीतोष्ण पट्ट्यात येतं. त्यामुळं इथं ऋतूबदल स्पष्टपणे जाणवतात. हिवाळ्यातली शांतता, वसंतातलं नवचैतन्य, उन्हाळ्यातली उत्सवप्रियता आणि शरदातलं निसर्गरम्य; पण बदलणारं वातावरण. हे हवामान मानवी वसाहतींसाठी अनुकूल ठरलं. शेती, उद्योग, शिक्षण आणि शहर संस्कृती यांचा समतोल विकास याच भौगोलिक स्थानामुळं शक्य झाला. भौगोलिक स्थानाबद्दल चर्चा करताना समुद्राविषयी सांगायचं झालं, तर जर्मनीच्या उत्तरेला स्पर्श करणारा उत्तर समुद्र आणि बाल्टिक समुद्र. या समुद्रांमुळे जर्मनी युरोपच्या चौकटीत न अडकता जगाशी जोडला गेला. हॅम्बुर्गसारखी बंदरं केवळ मालाची देवाण-घेवाण करत नाहीत, तर कल्पना, संस्कृती आणि विचार यांचीही वाहतूक करतात, हे समोर येतं.

जर्मनीच्या भूमीवर नजर फिरवली, तर विविधतेचा अनुभव येतो. उत्तर

भागातला विस्तीर्ण सपाट प्रदेश मानवी कष्टाला प्रतिसाद देणारी जमीन आहे. मध्य भागातल्या टेकड्या आणि जंगलं ही जर्मन लोकसाहित्य, कथा आणि तत्त्वचिंतनाची पार्श्वभूमी तयार करतात. दक्षिणेकडे सरकत गेल्यावर आल्प्स पर्वतरांगा निसर्गाच्या भव्यतेची जाणीव करून देतात. ही भौगोलिक विविधता जर्मन मानसिकतेतही उतरलेली दिसते. शिस्त आणि संवेदनशीलता, व्यवहार आणि चिंतन यांचा संगम त्यांच्यात पाहायला मिळतो.

आपण पाहत आलो आहोत, की अश्मयुगीन काळापासून मानवानं वस्त्यांना, वसाहतींना सुरुवात केली, तीच मुळी नद्यांच्या किनारी. त्यामुळं जर्मनीबद्दल सांगतानाही नद्यांचा उल्लेख करणं आवश्यक आहे. या देशातल्या राइन, डॅन्यूब, एल्ब यांसारख्या नद्या जर्मनीच्या इतिहासाच्या, संस्कृतीच्या आणि अर्थव्यवस्थेच्या साक्षीदार आहेत. ऱ्हाईन नदीकाठी उभ्या असलेल्या शहरांनी जर्मनीला औद्योगिक सामर्थ्य दिलं, तर डॅन्यूबनं त्याला पूर्व युरोपशी जोडलं. नद्यांमुळे जर्मनीचं भौगोलिक स्थान वाहतुकीच्या, व्यापाराच्या आणि संवादाच्या दृष्टीनं अधिक गतिमान झालं.

जर्मनी म्हटल्यावर आपल्यासमोर प्रामुख्यानं समोर येते ती त्यांची युद्धातली भूमिका. हा देश काही एखाद्या कोपऱ्यात लपलेला नाही; मात्र जर्मनीचं हेच मध्यवर्ती स्थान अनेकदा त्यांच्यासाठी संकटाचं कारण ठरलं. युद्धांचं रणांगण, साम्राज्यांची महत्त्वाकांक्षा आणि वैचारिक संघर्ष यांचा भार या भूमीनं सोसला; पण याच अनुभवांतून जर्मनीनं आत्मपरीक्षण केलं आणि फिनिक्स पक्ष्याप्रमाणे राखेतून भरारी घेऊन जपानप्रमाणेच प्रगतीचं अत्युच्च शिखर गाठलं.

आज जर्मनी हा युरोपीय युनियनचा आधारस्तंभ मानला जातो. पूर्व आणि पश्चिम युरोप यांना जोडणारा, उत्तर आणि दक्षिण युरोपमधली आर्थिक दरी कमी करणारा देश म्हणून त्याची भूमिका भौगोलिक स्थानामुळंच निश्चित झाली आहे. आजचा जर्मनी आपल्या भौगोलिक स्थानाकडे सत्ता किंवा वर्चस्वाच्या दृष्टीनं नाही, तर समन्वय आणि जबाबदारीच्या दृष्टीनं पाहतो. ही दृष्टी इतिहासातूनच जन्माला आली आहे. जर्मनीचं भौगोलिक स्थान हे नुसतं नकाशावरचं स्थान नाही; ते त्याच्या राष्ट्रीय स्वभावाचं, ऐतिहासिक अनुभवांचं आणि भविष्यातल्या भूमिकेचं अधिष्ठान आहे. युरोपच्या मध्यभागी वसलेली ही भूमी अनेक वाटांनी चालत आली आहे आणि आज ती समतोल, जबाबदार आणि चिंतनशील राष्ट्र म्हणून उभी आहे.

जर्मनीची राज्यघटना

युरोपच्या मध्यभागी वसलेला जर्मनी हे केवळ आर्थिक महासत्ता किंवा औद्योगिक राष्ट्र नाही, तर ते आधुनिक लोकशाही, घटनात्मक शिस्त आणि नागरिक केंद्रित राज्यव्यवस्थेचं उत्कृष्ट उदाहरण आहे. दुसऱ्या महायुद्धाच्या विद्ध्वंसानंतर जर्मनीनं स्वतःची पुनर्बांधणी केवळ इमारतींच्या पातळीवर केली नाही, तर राज्यघटना, प्रशासन, राजकीय संस्कृती आणि राष्ट्रीय मूल्यं यांचा नव्यानं विचार करून एक स्थिर, पारदर्शक आणि उत्तरदायी शासनप्रणाली उभी केली. जर्मनीची राज्यव्यवस्था समजून घेताना तिची संघराज्य रचना, लोकशाही संस्थांची ताकद, राष्ट्रीय प्रतीकांचा अर्थ, आणि ३ ऑक्टोबर या जर्मन एकीकरण दिनाचं ऐतिहासिक महत्त्व या सर्व बाबी एकत्रितपणे पाहाव्या लागतात.

ग्रुंडगेझेट्स (Grundgesetz) म्हणजे जर्मनीची राज्यघटना. १९४९ मध्ये ही राज्यघटना स्वीकारली गेली. या राज्यघटनेमुळं जर्मनीची लोकशाही मूल्यं इतकी सुदृढ ठरली, की आजही तीच जर्मनीच्या राज्यकारभाराचा कणा आहे. या लोकशाहीत मानवी प्रतिष्ठा सर्वोच्च आहे. लोकशाही, कायद्याचे राज्य, सत्तेचे विकेंद्रीकरण, हुकूमशाहीस पूर्ण बंदी हे घटक या राज्यघटनेचे केंद्रबिंदू आहेत. हिटलरच्या काळातल्या सत्तेच्या केंद्रीकरणातून शिकलेला धडा राज्यघटनेच्या प्रत्येक कलमामध्ये जाणवतो.

जर्मनीची राज्यव्यवस्था समजून घ्यायची असेल, तर सर्वप्रथम जर्मनीतल्या १६ राज्यांचं स्थान समजून घेणं अत्यावश्यक आहे. जर्मनी ही केवळ केंद्रशासित लोकशाही नसून, ती खऱ्या अर्थानं संघराज्य व्यवस्था (Federal State) आहे. प्रत्येक राज्याला स्वतःचे राज्यघटनात्मक अधिकार, ज्याला लांडटाग (Landtag) म्हटलं जातं ते विधानमंडळ, मंत्रिमंडळासह सरकार, प्रशासकीय यंत्रणा असते. शिक्षण, पोलीस व्यवस्था, संस्कृती, स्थानिक प्रशासन, माध्यमं अशा महत्त्वाच्या विषयांवर जर्मनीत राज्यांना मोठ्या प्रमाणात स्वायत्तता आहे. जर्मनीमध्ये केंद्र सरकार कायदे करतं; पण त्यांची अंमलबजावणी प्रामुख्यानं राज्य सरकारं करतात. यामुळं प्रशासन अधिक उत्तरदायी आणि परिणामकारक ठरतं. राज्य सरकारांना कायद्यांची अंमलबजावणी करण्यासाठी काही महत्त्वाचे अधिकार देण्यात आले आहेत. शिक्षण, पोलीस व्यवस्था, सांस्कृतिक धोरण, माध्यमं या बाबतीत राज्यांकडे महत्त्वाचे अधिकार देण्यात आले आहेत. यामुळं जर्मनीतली लोकशाही केवळ बर्लिन या राजधानीपुरती मर्यादित न राहता स्थानिक पातळीवर खोलवर रुजलेली आहे.

फेडरल चॅन्सलर : जर्मनीतलं सगळ्यात शक्तिशाली पद

सरकारबद्दल आणखी जाणून घ्यायचं झालं, तर सरकारमधल्या महत्त्वाच्या व्यक्तींविषयी जाणून घेणं गरजेचं आहे. जर्मनीतलं सर्वांत शक्तिशाली पद म्हणजे फेडरल चॅन्सलर ज्याला बुंडेसकांझलर (Bundeskanzler) म्हटलं जातं. हा फेडरल चॅन्सलर संसदेतून निवडला जातो आणि तोच सरकारचा प्रमुख असतो. जर्मनीचा फेडरल चॅन्सलर हा देशाचा सर्वांत शक्तिशाली कार्यकारी प्रमुख असतो. चॅन्सलर मंत्रिमंडळाची निवड करतो, धोरणात्मक दिशा ठरवतो आणि संसदेसमोर उत्तरदायी असतो. याचबरोबर जर्मनीतल्या लोकशाहीतली अत्यंत महत्त्वाची आणि त्याचप्रमाणे वेगळी असणारी संकल्पना जाणून घ्यायला पाहिजे. ही संकल्पना 'रचनात्मक अविश्वास ठराव' इंग्रजीमध्ये याला 'कन्स्ट्रक्टिव्ह व्होट ऑफ नो कॉन्फिडन्स' असं म्हणता येईल. ही जर्मनीच्या लोकशाहीतली महत्त्वाची आणि वेगळी संकल्पना आहे.

सामान्यतः सरकार पाडण्यासाठी अविश्वास ठराव मांडला जातो; परंतु या संकल्पनेनुसार, जर्मनीत केवळ सरकार पाडणं पुरेसं नसतं. संसदेला एकाच वेळी नवीन चॅन्सलर कोण असेल, हेही निश्चित करावं लागतं. नवीन चॅन्सलर निवडल्याशिवाय जुन्या चॅन्सलरला हटवता येत नाही, अशी त्याची रचना आहे; मात्र हे असं असण्यामागे काही उद्देशही आहेत. ते म्हणजे, राजकीय अस्थिरता टाळणं, सत्ताशून्यता निर्माण होऊ न देणं आणि जबाबदार विरोधक घडवणं. या तरतुदींमुळं जर्मनीमध्ये सरकारं तुलनेनं स्थिर राहिली आहेत.

जर्मनीचा राष्ट्राध्यक्ष (Federal President) हा कार्यकारी सत्ताधारी नसून, नैतिक मार्गदर्शक, घटनात्मक मूल्यांचा रक्षक, राष्ट्रीय एकात्मतेचं प्रतीक असतो. कायद्यांना मान्यता देणं, सरकार स्थापनेची प्रक्रिया पूर्ण करणं, राष्ट्राला नैतिक संदेश देणं, आंतरराष्ट्रीय स्तरावर राष्ट्राचं प्रतिनिधित्व करणं आणि लोकशाही मूल्यांचं संरक्षण करणं ही राष्ट्राध्यक्षांची भूमिका आहे. राजकीय हस्तक्षेप न करता राष्ट्राच्या मूल्यांचं रक्षण करणं हेच त्यांचं खरं सामर्थ्य आहे. जर्मनीचे राष्ट्राध्यक्ष हे राष्ट्राचे नैतिक व घटनात्मक प्रतिनिधी असतात.

जर्मनीच्या ध्वजात काळा, लाल, सोनेरी हे तीन रंग असून, ते आडव्या प्रकारात आहेत. यातल्या प्रत्येक रंगाला अर्थ आहे. संघर्ष आणि इतिहासातला अंधःकार म्हणून काळा, बलिदान आणि परिवर्तन म्हणून लाल आणि मग स्वातंत्र्य, आशा आणि समृद्धी याचं प्रतीक म्हणून सोनेरी रंगाचा वापर करण्यात आला आहे. हा ध्वज केवळ राष्ट्राचं चिन्ह नसून, लोकशाही संघर्षाची आठवण करून देतो.

जर्मनीचं राष्ट्रगीत

जर्मनीच्या राष्ट्रगीताला जर्मनमध्ये डॉइचलांडलीड (Das Deutschlandlied) असं म्हणतात. हे राष्ट्रगीत जर्मनीच्या लोकशाही मूल्यांचं काव्य आहे. या राष्ट्रगीताचे शब्द पुढीलप्रमाणे-

> *Einigkeit und Recht und Freiheit Für das deutsche Vaterland! Danach lasst uns alle streben Brüderlich mit Herz und Hand! Einigkeit und Recht und Freiheit Sind des Glückes Unterpfand. Blüh' im Glanze dieses Glückes, Blühe, deutsches Vaterland!*
>
> मराठी अर्थ :-
>
> *एकता, न्याय आणि स्वातंत्र्य हे जर्मन पितृभूमीसाठी असो! यासाठी आपण सर्वांनी बंधुभावानं एकत्र येत, अगदी हातात हात गुंफून ते जपण्याचा मनापासून प्रयत्न करू. समता, न्याय आणि स्वातंत्र्य या गोष्टीच खऱ्या सुखाचे अधिष्ठान आहे. या सुखाच्या तेजात तू फुलत राहा,*
>
> *फुलत राहा, हे जर्मन पितृभूमी!*

याबरोबरच जर्मनीचा एकीकरण दिन ३ ऑक्टोबर १९९० हा आहे. त्याला जर्मन भाषेत टाग देर डॉइचेन आईनहाईट (Tag der Deutschen Einheit) असं म्हणतात. हा दिवस जर्मनीच्या इतिहासातला निर्णायक आणि भावनिक क्षण आहे. पूर्व जर्मनी आणि पश्चिम जर्मनी यांचं अधिकृत पुनःएकत्रीकरण या दिवशी झालं. हा दिवस जर्मनीच्या इतिहासातला अत्यंत महत्त्वाचा दिवस मानला जातो. कारण या दिवशी विभाजनाचा अंत झाला, शीतयुद्धाच्या जखमांवर फुंकर घातली गेली आणि एकसंध जर्मनीची नवी ओळख निर्माण झाली. त्यामुळंच हा दिवस राष्ट्रीय दिन म्हणून जर्मनीत साजरा केला जातो. लोकशाही, शांतता आणि ऐक्याचं प्रतीक म्हणूनही या दिवसाची ओळख आहे.

न्यायव्यवस्था आणि घटनात्मक संरक्षणाबद्दल सांगायचं झालं, तर 'फेडरल कॉन्स्टिटट्यूशनल कोर्ट' ही जर्मनीतली सर्वांत शक्तिशाली संस्था आहे. ही संस्था कायदे रद्द करू शकते, सरकारच्या निर्णयांवर मर्यादा घालू शकते, केंद्र-राज्य

वाद निकाली काढू शकते. नागरिकांच्या मूलभूत हक्कांचं रक्षणही करू शकते. हे सगळे अधिकार जर्मनीत न्यायालयाकडेही आहेत. थोडक्यात नागरिकांच्या मूलभूत हक्कांचं संरक्षण जर्मनीत सगळ्यात महत्त्वाचं मानलं गेलं आहे. म्हणजे सरकार, संसद, अगदी बहुमतसुद्धा राज्यघटनेच्या वर नाही, हाच संदेश जर्मनीची न्यायव्यवस्था सातत्यानं देते.

आता सरकारबद्दल माहिती मिळाल्यानंतर संसदेबद्दल जाणून घेणं आवश्यक आहे. बुंडेसटाग (Bundestag) म्हणजे जर्मनीची राष्ट्रीय संसद होय. याला जनतेचा आवाज म्हणूनही ओळखलं जातं. ही संस्था लोकशाहीचा कणा मानली जाते. जर्मनीच्या राष्ट्रीय संसदेची काही वैशिष्ट्यं आहेत. थेट जनतेद्वारे निवडलेले प्रतिनिधी, कायदे करणं, सरकारवर नियंत्रण ठेवणं, अर्थसंकल्प मंजूर करणं, चॅन्सलरची निवड याचा त्या वैशिष्ट्यांमध्ये समावेश होतो. त्यानंतर येतात ते राज्यांचे प्रतिनिधी. त्यालाच जर्मनीची संघराज्य व्यवस्था म्हणजेच बुंडेसराट (Bundesrat) असं म्हणतात. ही जर्मनीच्या राज्यव्यवस्थेतली एक अत्यंत वैशिष्ट्यपूर्ण संस्था आहे. यात राज्य सरकारांचे प्रतिनिधी असतात. केंद्र सरकारनं केलेले अनेक कायदे हे संघराज्य व्यवस्थेच्या संमतीशिवाय लागू होऊ शकत नाहीत. यामुळं राज्यांच्या हितसंबंधाचं इथं संरक्षण होतं. तसंच या संस्थेमुळंच जर्मनीतली संघराज्य रचना केवळ कागदावर न राहता प्रत्यक्षात प्रभावी ठरते.

इथल्या राजकीय संस्कृतीत शिस्त आणि संवाद याला फार महत्त्व आहे. जर्मनीच्या राजकारणात गोंधळ, आक्रमक वक्तव्यं, भावनिक उन्माद यांना फारसं स्थान नाही. इथं तथ्य, तर्क, दीर्घकालीन परिणाम यांवर चर्चा होते. राजकारण ही सेवा मानली जाते, सत्तेची मक्तेदारी नाही. ही भावना जर्मनीच्या लोकशाहीचा आत्मा आहे. जर्मनीत नियम मोडणं सामाजिक अपराध मानलं जातं. त्याचप्रमाणं इथं प्रशासकीय पारदर्शकता उच्च स्तरावर आहे. जर्मनीची राज्यव्यवस्था आपल्याला शिकवते, की लोकशाही म्हणजे केवळ मतदान नाही. सत्ता म्हणजे एक प्रकारची सेवा आहे. कायदा म्हणजे बंधन नाही, तर ते संरक्षण आहे. स्थैर्य, जबाबदारी आणि मानवाधिकार यांचा समतोल साधणारी ही व्यवस्था आधुनिक लोकशाहीसाठी आदर्श ठरते.

जर्मनीची ओळख आणि राज्यव्यवस्थेवर इतकी माहिती देऊन मानसीनं सगळ्यांना उद्देशून विचारलं, ''याबाबत कोणाला काही प्रश्न आहेत का?'' त्यावर कोणीही प्रश्न विचारले नाहीत; पण सगळ्यांच्या चेहऱ्यावर दिसणारी कुतूहलाची आणि आजचं माहितीसत्र लवकर संपल्याची निराशेची भावना एकत्रित दिसत होती. तशा प्रकारची कुजबूजही ऐकू येत होती. हे सगळं बघून, ऐकून आणि कोणालाही प्रश्न नाहीत असं पाहून मानसी म्हणाली, ''आता उद्या आपण जर्मनीचा आणि जर्मन भाषेचा उगम कसा आणि कधी झाला हे जाणून घेऊ या. उद्या सगळे वेळेत नक्की या.''

त्यावर सर्वांनी वेळेत येण्याचं वचन मानसीला दिलं आणि आज ऐकलेल्या माहितीची उजळणी करत सगळे जण आपापल्या घरी गेले. उद्या काय मजेशीर माहिती ऐकायला मिळणार याचीही उत्सुकता सगळ्यांना होतीच.

भाषेचा उगम

जर्मनीची संसद, राष्ट्राध्यक्ष, कारभार, राष्ट्रगीत, राष्ट्रध्वज अशा काल ऐकलेल्या माहितीबद्दल मुलं हॉलमध्ये चर्चा करत बसली होती. आज जर्मनी देशाचा उदय आणि जर्मन भाषेचा उगम याबद्दल मानसीताई काय सांगणार याची सगळ्यांनाच उत्सुकता होती. हळूहळू सगळे मोठे लोक आणि या मुलांचे आई-वडील येत होते.

शेवटी 'सॉरी उशीर झाला,' असं म्हणत मुलांची मानसीताईसुद्धा आली. ती आल्यावर मुलं खूश झाली. मुलांचा उत्साह बघता मानसीनं आजच्या विषयाला सुरुवात केली.

जर्मनीचा उदय कसा झाला, हा एक दीर्घ आणि खूपच गुंतागुंतीचा इतिहास आहे. याला अनेक टप्पे आहेत. त्यासाठी जर्मनीच्या उदयाचे मुख्य टप्पे समजून घेणं गरजेचं आहे. सर्वांत आधी होतं, ते म्हणजे पवित्र रोमन साम्राज्य (Holy Roman Empire). त्याबद्दल सांगण्यापूर्वी जर्मनीचा इतिहास माहिती हवा. तो सुरू होतो साधारणपणे इ. स. ८००मध्ये, जेव्हा शार्लमेन (Charlemagne) यानं युरोपमधल्या एका मोठ्या भागावर राज्य केलं. यानंतर सुमारे इ.स.पू ९६२ मध्ये पवित्र रोमन साम्राज्याची स्थापना झाली. हे साम्राज्य अनेक लहान-लहान राज्यांचा, डचींचा (Duchies) आणि संस्थानांचा एक सैल संघ होता. 'जर्मनी' नावाचा एकसंध देश तेव्हा अस्तित्वात नव्हता. ऱ्हाईन (Rhine) नदी रोमन आणि जर्मेनिक जगाची सीमा होती. हे साम्राज्य १८०६पर्यंत टिकलं; मात्र नेपोलियननं ते संपुष्टात आणलं.

नेपोलियनच्या पराभवानंतर १८१५मध्ये जर्मन संघाची (German Confederation) स्थापना झाली. हा ऑस्ट्रियाच्या नेतृत्वाखालील सुमारे ३९ जर्मन राज्यांचा एक सैल गट होता. या दरम्यान 'राष्ट्रीय एकीकरणा'ची भावना मात्र वाढू लागली होती. जर्मनीला एक राष्ट्र म्हणून एकत्र आणण्यात सर्वांत महत्त्वाची भूमिका प्रशियाचा (Prussia) राजाविल्यम पहिला (Wilhelm I) आणि त्याचा मुख्यमंत्री ऑटो फॉन बिस्मार्क (Otto von Bismarck) यांची होती. बिस्मार्कनं 'ब्लड अँड आयर्न' या धोरणानं या धोरणानं जर्मन राज्यांना एकत्र आणण्याचा निर्णय घेतला. दरम्यानच्या काळात प्रशियानं एकीकरणाच्या मार्गात येणाऱ्या देशांविरुद्ध तीन छोटी युद्धं जिंकली. त्यात डेन्मार्कविरुद्धचं युद्ध (१८६४), ऑस्ट्रियाविरुद्धचं युद्ध (१८६६), फ्रान्सविरुद्धचं युद्ध (१८७०-७१) या युद्धांचा समावेश आहे.

फ्रँको-प्रशियन युद्ध (Franco-Prussian War) जिंकल्यानंतर, १८ जानेवारी १८७१ रोजी, पॅरिसजवळील व्हर्सायच्या राजवाड्यात जर्मन साम्राज्याची अधिकृत स्थापना झाली. प्रशियाचा राजा विल्यम पहिला हा या एकसंध जर्मनीचा सम्राट आणि बिस्मार्क चान्सलर झाला. यामुळेच आधुनिक जर्मनीचा उदय झाला. आधुनिक जर्मनी एक राष्ट्र म्हणून १८७१ मध्ये उभे राहिले. बिस्मार्क हा एकीकरणाचा शिल्पकार मानला जातो.

जर्मनीचा सध्याचा 'आधुनिक' आणि लोकशाहीवादी देश म्हणून असलेला प्रवास १८७१ मध्ये जर्मन साम्राज्याच्या स्थापनेनंतरही अनेक मोठ्या राजकीय उलथा-पालथींमधून गेला आहे. यामध्ये पहिलं महायुद्ध, दुसरं महायुद्ध, जर्मनीचं

विभाजन आणि त्यानंतर पुनर्संघटन या महत्त्वाच्या बाबींचा समावेश आहे. यातली पहिली घटना म्हणजे पहिलं महायुद्ध आणि वायमार गणराज्य. यात १८७१मध्ये स्थापित झालेलं जर्मन साम्राज्य पहिल्या महायुद्धात (१९१४-१९१८) पराभूत झालं. परिणामी, सम्राट ज्याला जर्मन भाषेत कायझर (Kaiser) म्हटलं जातं त्या विल्यम दुसरा याला पदत्याग करावा लागला. त्यानंतर १९१९मध्ये जर्मनीमध्ये एक लोकशाहीवादी गणराज्य स्थापन झालं. ज्याला 'वायमार गणराज्य' (Weimarer Republik) म्हणतात. हे गणराज्य प्रचंड आर्थिक आणि राजकीय अस्थिरतेमुळे फार काळ टिकलं नाही. त्याचा १९३३मध्ये अस्त झाला.

जर्मनीमध्ये १९३३ साली अॅडॉल्फ हिटलर आणि त्याच्या नाझी पक्षाने सत्ता हस्तगत केली आणि वायमार गणराज्य संपुष्टात आणलं. त्यानंतर हिटलरनं दुसरं महायुद्ध सुरू केलं, ज्यात जर्मनीचा पुन्हा पराभव झाला आणि प्रचंड विनाश झाला. दुसऱ्या महायुद्धात पराभूत झाल्यानंतर मित्रराष्ट्रांनी जर्मनीचं चार भागांमध्ये विभाजन केलं. शीतयुद्धाच्या काळात जर्मनीचं दोन स्वतंत्र देशांमध्ये रूपांतर झालं. अमेरिका, ब्रिटन आणि फ्रान्सच्या प्रभावाखालील लोकशाही देश म्हणून पश्चिम जर्मनी (Federal Republic of Germany-FRG) हा देश उदयास आला. याची राजधानी बॉन (Bonn) होती. त्याचप्रमाणे सोव्हिएत युनियनच्या प्रभावाखालील कम्युनिस्ट देश म्हणून पूर्व जर्मनी (German Democratic Republic- GDR) उदयाला आला.

यानंतर घडली, ती जर्मनीच्या पुनर्संघटनाची घटना. पूर्व आणि पश्चिम बर्लिनला वेगळी करणारी बर्लिनची भिंत १९८९मध्ये पाडण्यात आली. हे शीतयुद्ध संपुष्टात येण्याचं एक महत्त्वाचं प्रतीक होतं. त्यानंतर ३ ऑक्टोबर १९९० रोजी पूर्व जर्मनी औपचारिकपणे पश्चिम जर्मनीमध्ये विलीन झाला. या विलिनीकरणातूनच आजचा एकसंध लोकशाहीवादी आणि संघीय जर्मनी (Federal Republic of Germany) अस्तित्वात आला.

जर्मन भाषा ही 'इंडो-युरोपियन' या मोठ्या भाषापरिवारातली आहे. त्याचप्रमाणं ती जर्मनिक शाखेतली (Germanic branch) भाषा आहे, ज्यात इंग्रजी, डच, स्वीडिश, नॉर्वेजियन अशा भाषा येतात. या भाषेचा विकास अनेक टप्प्यांमध्ये झाला आहे. जुनी उच्च जर्मन (Old High German) ही भाषा ७५० ते १०५० AD या काळात बोलली जात होती. पहिला जर्मेनिक भाषिक पुरावा याच काळात मिळतो. ही भाषा मुख्यतः दक्षिण आणि मध्य जर्मनीतील स्थानिक बोलीभाषांचा समूह होती. त्यानंतर बोलली जाणारी मध्य उच्च जर्मन

(Middle High German) १०५० ते १३५० AD या दरम्यान बोलली जात होती. या काळात भाषा बरीच स्थिर झाली आणि साहित्याची निर्मिती सुरू झाली. या भाषेला 'बहरलेली बोलीभाषा' असं आपल्याला म्हणता येईल. ज्याला जर्मन भाषेत फ्लॉवरिंग डायलेक्ट (Flowering Dialect) असं नाव आहे.

त्यानंतर प्रिंटिंग प्रेसचा शोध अलीकडील नव्या उच्च जर्मन (Early New High German) भाषेच्या काळात लागला. ही १३५० ते १६५० AD या काळात बोलली जात होती. प्रिंटिंग प्रेसचा शोध हा सर्वांत महत्त्वाचा टप्पा मानला जातो. मार्टिन ल्यूथर यानं बायबलचा जर्मनमध्ये अनुवाद केला. त्याचा अनुवाद मध्य आणि पूर्व जर्मन बोलीभाषांच्या मिश्रणावर आधारित होता, ज्यामुळं ती भाषा सामान्य लोकांसाठी अधिक सुलभ झाली आणि तीच बोली भाषा प्रमाण (Standard) मानली जाऊ लागली. सध्याच्या काळात बोलली जाणारी भाषा नवी उच्च जर्मन (New High German) म्हणून ओळखली जाते. ही १६५० ADपासून आजपर्यंतची प्रमाण जर्मन आहे. ज्याला जर्मन भाषेत स्टँडर्ड जर्मन हॉकडॉइच (Standard German Hochdeutsch) असं म्हटलं जातं. याच भाषेत वर्तमान साहित्य, शिक्षण आणि शासनाचे व्यवहार होतात. या भाषेतच नियम आणि व्याकरण निश्चित करण्यात आले आणि भाषेला अधिक औपचारिक रूप मिळालं. अठराव्या शतकात, व्याकरणाचे नियम आणि शब्दलेखन निश्चित करण्यात आले, ज्यामुळं आजची प्रमाण जर्मन भाषा तयार झाली.

जर्मन भाषेचा आधार घेऊन मार्टिन ल्यूथरने बायबलचा अनुवाद तयार केला, ज्यामुळं भाषेला एकसमान प्रमाण स्वरूप मिळालं. राजकीय एकीकरण (१८७१ आणि १९९०) होण्याच्या खूप पूर्वीच, सुमारे सोळाव्या शतकात जर्मन भाषेचं प्रमाण स्वरूप निश्चित झालं होतं. जर्मन ही आज दहा कोटींपेक्षा अधिक लोकांची मातृभाषा आहे. जर्मन ही युरोपातली सर्वाधिक बोलली जाणारी मातृभाषा आहे. जर्मनी, ऑस्ट्रिया, स्वित्झर्लंड, लिक्टेनस्टाईन, लक्झेंबर्ग, बेल्जियम आणि इटलीच्या काही भागांत जर्मन ही अधिकृत भाषा आहे.

"आज उशीर खूप झाला आहे. त्यामुळं मी इतर विषयांवर माहिती देण्यापेक्षा मुलांनी थोडी शोधाशोध करावी." असं सांगून झाल्यानंतर मानसी म्हणाली, "आता शोध घ्यायचा, म्हणजे इंटरनेट उघडून बसायचं नाही. पुस्तकं वाचायची आणि दोन्ही महायुद्धं, जर्मन भाषा याचा शोध घ्यायचा. त्याचबरोबर आपली मातृभाषा मराठी, याचाही उगम शोधायचा. काय मग? करणार ना हे काम?"

मानसीताईनं दिलेलं हे काम सगळ्या मुलांनी आव्हान म्हणून घेतलं आणि शोध घेण्याच्या ध्यासानं ती घराकडे गेली.

समाज आणि दैनंदिन जीवन

काल मानसीताईनं जो घरचा अभ्यास दिला होता, तो सगळ्या मुलांनी पूर्ण केला होता. त्याच्यावरून त्यांच्यात चर्चा रंगली होती. मानसी ती चर्चा ऐकत होती. अजून काही मुलं यायचे होते त्यामुळं थोडा वेळ होता, म्हणून तिनं त्यांची चर्चा थांबवली नाही.

एकूणच मुलांनी फार चांगली चांगली माहिती वाचून काढली होती. दरम्यान काही वेळानं सगळे आल्याचं पाहून तिनं सगळ्यांचं बोलणं गोड बोलून थांबवलं आणि म्हणाली, ''काल तुम्हाला ज्या गोष्टी सांगितल्या, त्यात थोडासा इतिहास होता. आज ज्या गोष्टी सांगणार आहे, त्यात नागरिक शास्त्र आहे.'' मुलं म्हणाली, ''म्हणजे काय?''

''थोडा धीर धरा की. समजणार आहेच सगळं. माहिती सांगायला तर मी इथं उभी आहे ना?'' असं समजावणीच्या सुरात म्हणत मानसीनं माहिती सांगायला सुरुवात केली.

जर्मन समाजाबाबत बोलायचं झालं, तर जर्मन समाज हा एकाच वेळी शिस्तबद्ध, स्वतंत्र, आणि आधुनिक आहे; पण त्यातही तो मूल्यनिष्ठा जपणारा आहे. जर्मन भाषेत शिस्तीला ऑर्डनुंग (Ordnung) म्हणतात. याच शिस्तीबाबत तिथले नागरिक म्हणतात, ऑर्डनुंग इस्ट दास हाल्बं लेबेन (Ordnung ist das halbe Leben.) याचा मराठीत अर्थ होतो, 'शिस्त म्हणजे अर्धं आयुष्य'.

जर्मन समाजाची रचना तीन मुख्य तत्त्वांवर उभी आहे. पहिलं, शिस्त आणि नियमबद्धता. दुसरं, स्वातंत्र्य आणि जबाबदारी. तिसरं, समानता आणि मानवता. या तत्त्वांनीच जर्मनीला जगातला सगळ्यात स्थिर समाज अशी ओळख मिळवून देण्यात मोलाचा हातभार लावला आहे. जर्मनीतल्या कुटुंबाची रचना तशी लहान असते आणि पण ति स्वतंत्र कुटुंब व्यवस्थेला प्राधान्य आहे. थोडक्यात सांगायचं झालं, तर पालक आणि मुलं असं त्यांचं कुटुंब असतं. क्वचितच आजी-आजोबा त्यांच्याबरोबर राहत असतात. असं असलं, तरीही त्यांच्यातले नातेसंबंध भावनिकदृष्ट्या खूप मजबूत असतात. आपल्याला माहिती आहे, त्याप्रमाणं पाश्चात्त्य देशांतली १८ वर्षांनंतर मुलांनी स्वतंत्र राहण्याची पद्धत इथंही आहेच. जर्मनीत १६-१८ वर्षांचं झाल्यावर तरुण मुलं स्वतःचं घर शोधतात, नोकरी धरतात आणि मुख्य म्हणजे स्वतःची जबाबदारी स्वतःच घेतात.

जर्मनीत कुटुंबाला वेळ देणं महत्त्वाचं आहे. कितीही महत्त्वाचं काम असलं, तरी त्यातला काही वेळ कुटुंबासाठी देणं आवश्यक मानलं जातं. त्यातही सामान्यतः कुटुंबात पाळले जाणारे नियम पाळण्याचंही बंधन जर्मन कुटुंबव्यवस्थेत आहे. त्यातला एक महत्त्वाचा उपचार म्हणजे, किमान आठवड्याच्या शेवट्या दिवशी संपूर्ण कुटुंबानं एकत्र जेवण करणं होय. इथं पालक आणि त्यांची मुलं, शिवाय आजी-आजोबा असतील तर ते, असे सगळे मिळून सहलीला जातात, पिकनिकला जाऊन तिथं खेळ वगैरे खेळतात. थोडक्यात काय, तर कुटुंबाबरोबरचा वेळ आनंदात घालवतात. मात्र, हे सगळं करत असताना जर्मन नागरिक सामाजिक जबाबदारी कटाक्षानं पाळतात. त्यात कोणतीही कसूर ठेवत नाहीत. जर्मन लोक अतिशय शिस्तीचे म्हणून जगभरात ओळखले जातात. जर्मन समाजात शिस्त ही परंपरा आहे. त्यांना नव्यानं शिस्त पाळा, असं सांगावं लागत नाही. ते स्वतःहूनच शिस्तीचं पालन करतात. नागरिक रस्ते, बाग अशा सार्वजनिक ठिकाणांसह कार्यालयांतही शिस्तीचं काटेकोरपणे पालन करतात.

जर्मनीमध्ये घड्याळालाही शिस्तीएवढंच महत्त्व आहे. इथं वेळेचं पालन अतिशय काटेकोरपणे होतं. वेळ पाळण्याला जर्मनीत प्युंक्टलिशकाईट

(Pünktlichkeit) म्हणतात. वेळेचा इथल्या नागरिकांना प्रचंड प्रमाणात आदर आहे. कार्यालयात जाण्याची किंवा मीटिंगची वेळ समजा १० वाजताची ठरली असेल, तर त्याच्या एक ते दोन मिनिटं आधी हे नागरिक जागेवर हजर असतात. याशिवाय जर्मन नागरिक त्यांच्या प्रामाणिकपणासाठीही ओळखले जातात. हे बऱ्यापैकी स्पष्टवक्ते असतात आणि कायम खरं बोलतात. यांच्या पोटात एक आणि ओठावर एक असा काही प्रकार नसतो. जे आहे, ते स्पष्टपणे आणि रोखठोकपणे मांडतात. एखादी गोष्ट गोल गोल फिरवून सांगण्याच्या फंदात ते पडत नाहीत. या खरं आणि स्पष्ट बोलण्याला त्यांच्याकडे डिरेक्टं कम्युनकात्त्स्योन (Direkte Kommunikation) असा शब्द आहे.

शिस्त पाळण्याची सवय जर्मन नागरिकांच्या अंगवळणी पडलेली असते. त्यामुळं केवळ कायदा आहे किंवा दंड होऊ नये म्हणून नियमांचं पालन करत नाहीत. ते कायद्याचा आदर करतात, त्यामुळं त्याचं पालन करतात. उदाहरणार्थ, वाहतुकीच्या नियमांबाबत बोलायचं झालं, तर सिग्नल मोडल्यास दंड होईल या भीतीनं सिग्नल न मोडता, सिग्नल पाळणं ही गोष्ट त्यांचं सामाजिक कर्तव्य असल्याच्या भावनेतून येते. त्यासाठी कोणी पाहो अथवा न पाहो, ते स्वयंस्फूर्तीनं सिग्नल पाळतात. कायद्याचा आदर करण्याला जर्मन भाषेत रेष्टष्टाटलिशकाईट (Rechtsstaatlichkeit) असं म्हणतात.

या देशातल्या लोकांची त्यांच्या कामावरची निष्ठाही वाखाणण्याजोगी आहे. या कामावरच्या निष्ठेला आर्बाईट्समोराल (Arbeitsmoral) म्हणतात. या नागरिकांची कामाची गुणवत्ता म्हणजे राष्ट्रीय ओळखच आहे. याबाबत इथं एक वाक्प्रचार प्रचलित आहे. तो 'परफेक्ट कर. नाहीतर करू नको.' या अर्थाचा आहे. यावरून आपल्या लक्षात येतं, की जर्मनीमध्ये शिस्त, वक्तशीरपणा, स्पष्टवक्तेपणा, कायद्याबद्दल आदर आणि कामावरची निष्ठा या साध्या वाटणाऱ्या; पण अत्यावश्यक गोष्टींना फार महत्त्व दिलं जातं.

जर्मनीतलं दैनंदिन जीवन

भारतात आपण आपल्या दिवसाची सुरुवात चहानं करतो. त्याच प्रमाणं जर्मन माणसाची दिवसाची सुरुवात कडक कॉफी आणि हलक्या नाश्त्यानं होते. जर्मनीमध्ये साधारणपणे कामाची वेळ सकाळी ८ ते ४ किंवा ९ ते ५ अशी असते. कामादरम्यान जर्मन लोक मध्ये मध्ये ठरावीक ब्रेक घेतात. कामाच्या वेळेत फक्त काम करणं हे जर्मन लोकांचं मुख्य वैशिष्ट्य असल्यानं ते मीटिंगमध्येदेखील

थेट मुद्द्यांवर, मुद्देसूद चर्चा करतात. कोणी कामासंदर्भात ई-मेल केल्यास त्याला वेळेवर उत्तर देणं हा शिष्टाचार कटाक्षानं पाळला जातो.

संध्याकाळी जर्मन लोक व्यायाम करणं, निसर्गाच्या सान्निध्यात चालणं, वाचन किंवा कुटुंबाबरोबर वेळ घालवणं पसंत करतात. रविवारी जर्मनीतली सर्व दुकानं आणि मॉल्स बंद असतात. हा दिवस कुटुंबासाठी; तसेच विश्रांतीसाठी ठेवलेला असल्याचं मानलं जातं. त्यामुळं रविवारी पूर्ण दिवस आणि इतर दिवशी साधारण दुपारी १ ते ३ या वेळेत मोठा आवाज होईल अशी कामं करणं हे असभ्यपणाचं समजलं जातं. हा अलिखित नियम मोडल्यास कधी कधी कायदेशीर कारवाईदेखील होऊ शकते.

जर्मन लोक मैत्री कमी करतात, त्यांचे मित्र कमी असतात; पण जेवढे मित्र किंवा मैत्रिणी असतात, त्यांच्यात एकदम घट्ट मैत्री असते. ते शक्यतो कोणावर पटकन विश्वास ठेवत नाहीत; पण एकदा विश्वास ठेवला, की मग ते नातं आयुष्यभर निभावतात. जर्मन मैत्रीत खरेपणा, स्पष्टवक्तेपणा, आदर या महत्त्वाच्या बाबी आहेत. जर्मनीच्या लोकांची समता, आदर, स्वातंत्र्य ही तीन मूलतत्त्वं आहेत. हे नागरिक कुणाशीही नातं जोडताना प्रामाणिकपणा आणि संवाद याच्या भरवशावर जोडतात. त्याबरोबरच त्यांच्याशी बोलताना भविष्यात काय वाढून ठेवलं आहे, याकडेही त्यांचं लक्ष असतं.

शेजारसंस्कृती

जर्मनीत शेजारसंस्कृतीला नाख्-बार-शाफ्ट (Nachbarschaft) असं म्हणतात. जर्मन शेजार तसा स्वभावानं शांत असतो. ते एकमेकांचा आदर ठेवतात. गरजेच्या वेळी मदतीला धावूनही येतात; पण वैयक्तिक चौकशी करण्याच्या फंदात पडत नाहीत. शेजारधर्म पाळताना सर्व लोक आपापल्या सामाजिक जबाबदाऱ्यांचंही भान राखतात. कोणतीही गोष्ट करायची असल्यास ते सामूहिकपणे पार पाडताना दिसतात. जर्मन लोकांत असलेली समूह भावना महत्त्वाची आहे. मग त्यामध्ये इमारतीची स्वच्छता, बागेची देखभाल, कचरा वर्गीकरण अशी जी काही कामं असतील, ती एकत्रितपणे केली जातात.

क्लब संस्कृती

क्लब संस्कृती हे जर्मनीचं एक वैशिष्ट्य आहे. इथल्या सामाजिक संस्था आणि क्लब संस्कृती. त्याला जर्मनीत फेराईन कुल्तूर (Verein Kultur) असं म्हटलं

जातं. जर्मनीत असे लाखो क्लब आहेत. क्लब म्हटल्यावर सर्वसाधारणपणे भारतीय लोकांच्या मनात जे चित्र उभं राहतं, त्याला छेद देणारी ही व्यवस्था आहे. जर्मनीत खेळ, नृत्य, कॅम्पिंग, वाचन, सामाजिक सेवा यासारख्या गोष्टींसाठी अनेक क्लब आहेत. समूहभावना जोपासण्याचाच हा एक मार्ग असल्याचे या क्लबच्या संकल्पनेतून समोर येते. हे क्लब म्हणजे एक प्रकारे सामाजिक संस्थाच आहेत.

जर्मनीची सामाजिक सुरक्षा प्रणाली

जर्मनीची सामाजिक सुरक्षा प्रणालीही इंट्रेस्टिंग आहे. त्याला तिथं सोत्सियाल कुल्टूअर (Sozialversicherung) म्हटलं जातं. सोप्या शब्दांत सांगायचं झालं, तर ही प्रणाली म्हणजे आरोग्य, बेरोजगारी, वृद्धत्व, अपघात आणि दीर्घकालीन काळजी (Nursing Care) या पाच मुख्य स्तंभांवर आधारित आहे. कर्मचारी आणि मालक या दोघांचीही या प्रणालीत महत्त्वाची भूमिका असते. ज्यामुळं नागरिकांना जन्मापासून ते वृद्धापकाळापर्यंत आर्थिक आणि वैद्यकीय संरक्षण मिळतं.

जर्मनीमध्ये आरोग्य विमा अनिवार्य आहे. जर्मनीत प्रत्येक जण विमा उतरवून घेतोच; पण समजा एखाद्या व्यक्तीचा वार्षिक पगार ठरावीक मर्यादेपेक्षा कमी असेल, तर ती सरकार नियंत्रित सार्वजनिक आरोग्य विम्यासाठी पात्र ठरते. त्यात डॉक्टरांचा सल्ला, रुग्णालयातील उपचार, औषधं आणि आजारपणात पगार मिळणं या गोष्टींचा समावेश आहे.

जर्मनीमध्ये बेरोजगार भत्ता म्हणजेच आर्बाईट्सल्योसेनगेल्ड (Arbeitslosengeld) नावाची एक संकल्पना आहे. त्यानुसार नोकरी गेली तर कामगार बेरोजगार भत्त्यासाठी पात्र असतात; मात्र त्यांनी गेल्या दोन वर्षांत किमान १२ महिने काम केलं असलं पाहिजे, ही अट आहे. सर्वसाधारणपणे अशा योजनेसाठी पात्र व्यक्तीला मिळणारी रक्कम पूर्वीच्या पगाराच्या ६० टक्के असते आणि मुलं असल्यास ती रक्कम ६७ टक्के असते. मात्र, हे बेरोजगारीच्या कालावधीवरही अवलंबून असून, त्याचा कालावधी ६ ते २४ महिने आहे.

सध्या जवळपास सर्वच देशांमध्ये लागू असलेली मातृत्व-पितृत्व रजा जर्मनीमध्येही सुरू आहे. तिथं त्याला एल्टर्न झाईट (Elternzeit) म्हणतात. पालकांना मुलांच्या संगोपनासाठी ही रजा घेण्याचा कायदेशीर अधिकार आहे. ही रजा बिनपगारी असते. मात्र रजेच्या काळात सरकारकडून पालक निधी मिळण्याची

सोयही तिथं आहे. हा निधी निव्वळ उत्पन्नाच्या सुमारे ६५ टक्के ते ६७ टक्के असू शकतो. याअंतर्गत पालक तीन वर्षांपर्यंत रजा घेऊ शकतात.

वृद्धत्व किंवा आजारपणामुळे काही गरज भासल्यास नर्सिंग केअरची सुविधाही विम्याअंतर्गतच मिळते. त्यात यात या काळात झालेला जीवनावश्यक गोष्टींचा खर्च, नर्सिंग सेवेचा खर्च आणि आवश्यक वैद्यकीय उपकरणं या खर्चाचा समावेश होतो. निवृत्तीनंतर पेन्शन विमा आवश्यक असून, त्या संकल्पनेला रेटेनफेरझिशरुंग (रेंटेनफेरझिशरुंग) म्हणतात. नागरिकांचं आरोग्य या गोष्टीला जर्मनीत किती वेगळ्या पद्धतीनं पाहिलं जातं, हेच यावरून अधोरेखित होतं.

जर्मन संस्कृतीत जपली जाणारी मूल्यं

जर्मनी केवळ आर्थिकदृष्ट्या प्रगत राष्ट्र नसून, सुव्यवस्था, वेळेचं महत्त्व, प्रामाणिकपणा आणि सामाजिक जबाबदारी यांसारख्या मूल्यांवर आधारलेली एक संस्कृती आहे. या संस्कृतीची पायाभरणी इतिहास, तत्त्वज्ञान, सामाजिक नियम आणि आधुनिक जीवनशैलीमध्ये खोलवर रुजलेली आहे.

जगभरातल्या लोकांना आकर्षित करणारी जर्मन संस्कृती तिच्या शिस्तबद्ध जीवनशैलीमुळे, कामावरील निष्ठेमुळे आणि समाजाभिमुख दृष्टिकोनामुळे अधिक उल्लेखनीय ठरते. त्या मूल्यांमध्ये अनेक ठळक मुद्दे आहेत. ते पुढीलप्रमाणे -

- **वेळेचं भान** - जर्मन संस्कृतीत वेळेचं भान म्हणजेच प्युंक्टलिशकाईट (Pünktlichkeit) या गोष्टीला खूप महत्त्व आहे. मीटिंग, काम, शाळा, सार्वजनिक वाहतूक अशा प्रत्येक गोष्टीत वेळ पाळणं ही जर्मन लोकांसाठी आदर व्यक्त करण्याची पद्धत मानली जाते. कोणत्याही कारणामुळे उशीर होणार असल्यास आधीच कळवणं या अलिखित सामाजिक शिष्टाचाराची इथल्या नागरिकांना अपेक्षा असते.
- **प्रामाणिकपणा आणि पारदर्शकता** - जर्मन समाजात प्रामाणिकपणा आणि पारदर्शकता हा व्यक्तिमत्त्वाचा सर्वांत महत्त्वाचा गुण मानला गेला आहे. या गोष्टीला जर्मनीत एहर्लीशकाईट उंड ट्रान्झपेरेंझ (Ehrlichkeit & Transparenz) असं म्हटलं गेलं आहे. काहीही झालं तरी जर्मनीत खोटेपणा किंवा फसवणूक स्वीकारली जात नाही. व्यवहार व्यक्तिगत असो वा व्यावसायिक, तो कायम नीटनेटका, पारदर्शक आणि नियमांच्या चौकटीतच करण्यावर जर्मनीत भर दिला जातो. यामुळे विश्वास दृढ होतो, चांगले संबंध तयार होतात आणि समाज अधिक स्थिर राहतो.

- **नियमपालन व शिस्त** – जर्मन लोक कायम 'ऑर्डनुंग मूस झाईन' (Ordnung muss sein!) या विश्वासावर चालतात. या वाक्याचा अर्थ होतो, 'शिस्त असलीच पाहिजे.' त्या उक्तीवर जर्मन लोकांचा प्रचंड विश्वास आहे. सार्वजनिक ठिकाणी शांतता राखणं, कचरा योग्य पद्धतीनं व्यवस्थापित करणं, वाहतूक नियम पाळणं, कर वेळेवर भरणं यांसारखी शिस्तबद्ध जीवनशैली समाजव्यवस्थेला अधिक बळकट करते आणि समाज म्हणून लोकांनाही चांगल्या प्रकारे समृद्ध करते.
- **कामावरील समर्पण** – करत असलेल्या कोणतंही काम समर्पित भावनेनं करणं या गोष्टीला जर्मन भाषेत आर्बाईट्स एथिक (Arbeitsethik) असं म्हणतात. जर्मनी हे उच्च औद्योगिक आणि उत्पादक राष्ट्र आहे. याचं एक प्रमुख कारण म्हणजे, इथं कामाची नैतिकता आणि गुणवत्ता अत्यंत महत्त्वाची मानली जाते. इथं काम चोख, अचूक आणि जबाबदारीनं करण्याला सर्वोच्च स्थान आहे. या देशात कुठेच अर्धवट काम हा शब्द प्रचलित नाही. या ठिकाणी काम होणार असेल, तर ते उत्तमच होतं किंवा होतच नाही.
- **गोपनीयतेचा आदर** – जर्मन लोक स्वतःच्या आणि इतरांच्या व्यक्तिगत गोपनीयतेला अत्यंत महत्त्व देतात. प्रिव्हाटस्फेरं (Privatsphare) म्हणून ही गोष्ट इथं परिचित आहे. अनावश्यक वैयक्तिक प्रश्न विचारणं किंवा कुणाच्या खासगी जीवनात हस्तक्षेप करणं हे जर्मनीत असभ्यपणाचं मानलं जातं. कामाच्या ठिकाणी, शेजारीपाजारी किंवा सामाजिक कार्यक्रमात स्पेस देणं ही प्रत्येकाची नैतिक जबाबदारीच समजली जाते.
- **पर्यावरण जागरूकता** - पर्यावरण संवर्धन म्हणजेच उम्वेल्टशुट्झ (Umweltschutz) ही गोष्ट जर्मनीत खूप महत्त्वाची मानली गेली आहे. त्यामुळंच जर्मनी हे जगातल्या सर्वाधिक पर्यावरणपूरक राष्ट्रांपैकी एक आहे. इथं कचऱ्याचं वर्गीकरण, पुनर्वापर, सार्वजनिक वाहतूक, हरित ऊर्जा निर्माण, जंगलांचं संरक्षण ही मूल्यं लहानपणापासून मुलांमध्ये रुजवली जातात. पर्यावरणस्नेही दृष्टिकोन हे काही फक्त सरकारी धोरण नसून, ते सामान्य नागरिकांचेही मूल्य आहे, हे प्रत्येकाच्या मनावर बिंबवलं गेलं आहे.
- **समाजाभिमुखता आणि सामूहिक जबाबदारी** – जर्मन माणूस समूह भावनेनं राहतो. याच गोष्टीला जर्मनमध्ये गेर्नाइनशाफ्टझिन (Gemeinschaftssinn) म्हटलं जातं. जर्मन समाज नेहमी 'आपण सर्व एकत्र' या तत्त्वावर चालतो. सामाजिक सुरक्षा व्यवस्था, ज्येष्ठांचा सन्मान,

अपंगांसाठी सुविधा स्वयंसेवा, करप्रणाली या सर्वांमध्ये नागरिकांची सामूहिक जबाबदारी आणि समाजाभिमुखता दिसते. प्रत्येक व्यक्तीला समाजाचा महत्त्वाचा घटक मानलं जातं. कोणालाही इथं कमी लेखलं जात नाही.

- **शिक्षण व ज्ञानाचा सन्मान** - शिक्षण हे जर्मन समाजातलं एक पवित्र मूल्य आहे. शिक्षण आणि ज्ञानाचा सन्मान म्हणजेच बिल्डुंग (Bildung) हे मूल्य जपण्याला इथं आत्यंतिक महत्त्व दिलं गेलं आहे. विज्ञान, संशोधन, साहित्य, तत्त्वज्ञान ही क्षेत्रं जर्मनीची ओळख आहेत. शिक्षण सर्वांसाठी समान संधीनं उपलब्ध असावं, हा नियम समाजशक्तीचा आधार मानला जातो. इथं सगळ्यांना शिकण्याच्या समान संधी आहेत.
- **सरळ आणि स्पष्ट संवाद** - जर्मन संस्कृतीत स्पष्ट आणि थेट संवादाला प्राधान्य दिलं जातं. बाकी गोल गोल बोलणं, मुद्देसूद न बोलणं हे असभ्यपणाचं लक्षण मानलं जातं. त्याचप्रमाणे उगाच गोड बोलणं, अप्रत्यक्ष संकेत देणं हे गैरसमज वाढवणारे प्रकार मानले जातात. कोणत्याही प्रसंगी मत व्यक्त करताना प्रामाणिक राहणं आणि तर्कसंगत असणं हेच केवळ सभ्यतेचं लक्षण मानलं जातं. सरळ आणि स्पष्ट संवाद करणं म्हणजेच डिरेक्टं कम्युनिकात्स्योन (Direkte Kommunikation) हे जर्मन माणसाच्या रक्तातच आहे, असं म्हटलं तरी वावगं ठरणार नाही.

भारत आणि जर्मनीच्या समाजरचनेची तुलना

भारतात मोठी आणि एकत्र कुटुंब पद्धती आहे; मात्र जर्मनीमध्ये छोटी आणि स्वतंत्र कुटुंबं असतात. शिस्तीचा विचार करता जर्मन समाज शिस्त आणि वेळ पाळण्याबाबत प्रचंड आग्रही असल्याचं दिसतं. मात्र, त्या तुलनेत भारतीय समाज मध्यम शिस्त पाळताना आढळतो. संवादाची पद्धत बघायला गेलं, तर जर्मन लोक थेट आणि स्पष्ट बोलतात. उदाहरणार्थ, एखादी गोष्ट करणं शक्य नसल्यास ते 'मला हे जमणार नाही. मी हे करू शकत नाही,' असं स्पष्ट सांगतात. दुसरीकडे, भारतीय लोक 'मी प्रयत्न करेन. शक्य झाल्यास नक्की करेन,' असं सांगून समोरच्या व्यक्तीच्या भावना समजून, त्यांना न दुखवता नकार देणं पसंत करतात. अशा प्रकारे दोन्ही संस्कृती पूर्ण भिन्न असल्या, तरी अत्यंत सुंदर आहेत.

शिस्त, स्वातंत्र्य आणि जबाबदारी या तीन गोष्टी एकत्रित, म्हणजे प्रगती, असं जर्मन संस्कृती शिकवते. मात्र, भारतीय संस्कृती शिकवते, की भावना, कुटुंब आणि परंपरा या बाबींचं एकत्रीकरण झालं, तर त्यात सौंदर्य आहे. दोन्ही संस्कृती

त्यांच्या त्यांच्या ठिकाणी उत्तम आहेत. प्रत्येक ठिकाणी तुलना करणं उचित ठरत नाही; मात्र दोन्ही संस्कृती एकत्र आल्यास जग समृद्ध होईल, अशी कल्पना सुंदर वाटते. नाही का?

असा प्रश्न विचारून आजचं सेशन संपल्याचं मानसीनं जाहीर केलं. त्यानंतर केवळ प्रियांका, मयुरेश, अनुष्का आणि प्रथमेश ही मुलंच नव्हे, तर अनेक लहान-मोठ्यांनी येऊन जर्मन लोकांच्या चांगल्या सवयींचा अंगीकार करण्याचं आश्वासन मानसीला दिलं. त्यामुळे ती भारावून गेली. मात्र, पुढच्याच क्षणी सावरून तिनं 'जर्मन भाषेबद्दल शिकायला कोणाला आवडेल?' असं विचारलं अन् उपस्थित असलेल्या सगळ्यांनीच हात वर केले.

त्यावर मानसी म्हणाली, 'आपण मागच्या वेळी जर्मन भाषेचा उगम कसा झाला त्याची थोडक्यात माहिती घेतली. आता उद्या व्याकरणाच्या अंगानं माहिती घेऊ. चालेल ना? आता याचं उत्तर जर्मन लोकांप्रमाणे स्पष्टपणे द्या बरं...'

असं ती म्हणाली आणि सगळे आनंदानं एका सुरात 'हो' म्हणाले आणि घराकडे निघाले.

सौंदर्यपूर्ण भाषा

"मुलांनो, कोणताही मनुष्य समोरच्या व्यक्तीशी संवाद साधण्यासाठी भाषेचा वापर करतो. इतकंच काय, तर प्राणीही त्यांच्या त्यांच्या भाषेत संवाद साधतात. प्रत्येकाला स्वतःची अशी भाषा असते. भारतात अनेक भाषा गुण्यागोविंदानं नांदतात; पण प्रत्येकाची मातृभाषा वेगळी असते. आता आपल्या सगळ्यांची मराठी आहे, तशी जर्मन नागरिकांची जर्मन भाषा आहे. या भाषेचंही सौंदर्य वेगळं आहे.

शिकायला गेलं, तर सुरुवातीला प्रत्येक भाषा ही अवघडच वाटते. मग आपण त्यातले कोणते मुद्दे आपल्या माहितीतल्या किंवा तोंडओळख असलेल्या भाषेसारखे आहेत ते शोधतो. जर्मनमध्येही काही शब्दांची रचना संस्कृतसारखी झालेली दिसते. चला, सुरू करू या?" असं मानसी म्हणाली खरं; पण तिला आता उत्तर काय असणार हे माहिती असल्यानं तिनं थेट विषयाला सुरुवात केली.

जगातल्या विकसित राष्ट्रांमध्ये जर्मनीनं आपल्या शिस्तबद्ध समाजरचनेमुळं, उच्च दर्जाच्या शिक्षणामुळं, संशोधन आणि तंत्रज्ञानातल्या प्रगतीमुळं आणि संस्कृतीतल्या समृद्ध वारशामुळं एक वेगळी ओळख निर्माण केली आहे. या सर्व गोष्टींच्या केंद्रस्थानी उभी असलेली भाषा, म्हणजे जर्मन भाषा. जर्मन भाषा ही केवळ बोली अथवा लिखाणाचं साधन नाही, तर एक विचारपद्धती, एक तर्कसंगतता आणि एक सांस्कृतिक भावविश्व घेऊन येणारी भाषा आहे. तिचा अभ्यास केल्यावर जर्मनीच्या समाजाचे, संस्कृतीचे आणि त्यांच्या बौद्धिक परंपरेचे अनेक कंगोरे उलगडू लागतात.

सर्वसाधारणपणे नामाची तीन लिंग होतात, तशी जर्मनमध्येही नामांना तीन लिंग दिली जातात. ती म्हणजे पुल्लिंग, स्त्रीलिंग आणि नपुंसकलिंग; मात्र हे लिंग सदैव तर्कानं ओळखता येत नाही. त्यामुळं नामाबरोबरच लिंग लक्षात ठेवणं आवश्यक ठरतं.

विभक्ती

जर्मन भाषेचं सर्वांत वेगळं वैशिष्ट्य म्हणजे विभक्तीचा अचूक वापर. त्यात चार विभक्तीप्रकार केलेले आहेत. कर्ता, कर्म, अप्रत्यक्ष कर्म आणि मालकी हे ते चार प्रकार आहेत. वाक्यातला अर्थ आणि नातेसंबंध या विभक्तींमुळे सहज ओळखता येतात. विभक्ती ओळखता आली, तरी क्रियापदाचा प्रश्न येतोच. जर्मनमध्ये क्रियापदाच्या स्थानाचा नियम आहे. जर्मन वाक्यरचनेतलं सर्वांत महत्त्वाचं तत्त्व म्हणजे क्रियापदाचं स्थान. विधानात्मक वाक्यात क्रियापद दुसऱ्या स्थानावर असतं, प्रश्नात पहिल्या स्थानावर असतं, तर उपवाक्यात शेवटी येतं. ही रचना विचारांना काटेकोरपणे मांडण्यास मदत करते.

संयुक्त शब्दांची परंपरा

जर्मन भाषेत काही काही शब्दांची रचना संस्कृत भाषेप्रमाणं झालेली आढळते. संस्कृत भाषेत ज्याप्रमाणे दोन शब्द एकत्र करून एक 'संधी' केली जाते, अगदी त्याचप्रमाणं जर्मन भाषेतही दोन वेगवेगळे शब्द एकत्र करून नवा एक अर्थपूर्ण शब्द तयार केला जातो. लांबलचक शब्द हे जर्मन भाषेचं सौंदर्य आणि वैशिष्ट मानलं जातं. उदा.क्रांकेनहाउसफेरव्हाल्टुंग (Krankenhausverwaltungssystem) आणि दोनाऊदांपशिफार्त्सगेझेलशाफ्ट्सकापिटान (Donaudampfschiffahrtsgesellschaftskapitān)

पहिल्या शब्दाचा अर्थ होतो, 'रुग्णालय प्रशासन प्रणाली' आणि दुसऱ्या शब्दाचा अर्थ होतो, 'डॅन्यूब नदीवरील स्टीमशिप कंपनीचा कप्तान'. 'दोनाऊदांप शिफार्त्सगेझेलशाफ्ट्सकापिटान' हा जर्मनमधला हा खूप प्रसिद्ध आणि लांबलचक संयुक्त शब्द आहे. जर्मन भाषेतील लांब संयुक्त शब्दांचे उदाहरण म्हणून हा शब्द प्रसिद्ध आहे; मात्र आधुनिक जर्मनमध्ये हा रोजच्या वापरात नसतो.

उच्चारांची निश्चित पद्धत

जर्मन भाषेतले शब्द प्रथमदर्शनी उच्चारायला अवघड वाटतात. मात्र, त्या शब्दांत इंग्रजीसारखी अनिश्चितता नसल्यामुळे एकदा नियम समजले, की जर्मन उच्चार सहज जमू लागतात.

V → फ (उदाहरण : Vater = फाटर)

W → व (उदाहरण : Welt = वेल्ट)

J → य (उदाहरण : Jahr = यार)

Z → त्स (उदाहरण : Zeit = त्साइट)

ß → स (उदाहरण : Straße = श्ट्रासे)

Ä, Ö, Ü हे उम्लाउट (Umlaut) म्हणजेच स्वर जर्मन भाषेला खास लय देतात. जर्मन भाषेत अनेक शब्द इंग्रजीप्रमाणे लिहिले जातात आणि उच्चारले देखील जातात; परंतु त्यांचा अर्थ पूर्णपणे वेगळा असतो. उदाहरणार्थ, इंग्रजी Gift या शब्दाचा अर्थ 'भेटवस्तू' असा होतो आणि हाच Gift शब्द जर्मन भाषेत गेल्यास त्याला Das Gift असं नपुंसकलिंग लागून Das Gift या शब्दाचा अर्थ 'विष' असा होतो. त्याचप्रमाणे Wollen या जर्मन क्रियापदाचा अर्थ 'इच्छा असणे' असा असून, त्याचं प्रथम पुरुष एकवचन Will असं होतं. ज्याचा अर्थ 'माझी इच्छा आहे,' असा होतो. हाच Will शब्द इंग्रजीमध्ये मात्र भविष्यातील काळ दाखवण्यासाठी वापरला जातो. जर्मन शब्दसंपदा म्हणजे तत्त्वज्ञान, भावना आणि विचारांचं दर्पण आहे, असं म्हटलं जातं. जर्मन शब्दसंपदा अत्यंत प्रभावी आणि मनोवैज्ञानिक दृष्टीनंही समृद्ध आहे. जर्मनमध्ये भावना, तत्त्वज्ञान, मनोविज्ञान आणि वैज्ञानिक संकल्पना अत्यंत चांगल्या व अचूकपणे व्यक्त होतात.

शाडेनफ्रॉयडे (Schadenfreude), वेल्टआनशाऊउंग (Weltanschauung), गेम्यूटलिष्काइट (Gemütlichkeit), हाइमाट (Heimat), त्साइटगाइस्ट (Zeitgeist) हे काही प्रसिद्ध जर्मन शब्द आहेत. त्यांचा अर्थ अनुक्रमे, इतरांच्या दुःखातून किंवा अपयशातून मिळणारा आनंद,

जगाकडे पाहण्याची दृष्टी, आपलेपणाची भावना आणि एखाद्या युगाची मानसिकता असा होतो.

जर्मन संस्कृतीचे भाषेतले प्रतिबिंब

भाषा एखाद्या समाजाच्या मूल्यांना प्रतिबिंबित करते. जर्मन भाषा त्यांच्या समाजातली शिस्त, प्रामाणिकपणा आणि तर्करचना सुंदररीत्या दर्शवते. जर्मन लोक गोल गोल बोलण्यापेक्षा थेट व अचूक बोलणं पसंत करतात. त्यांच्या भाषेतही ही शैली दिसते. जर्मन संस्कृतीतील शिस्त, अचूकता आणि रचनात्मकता हेसुद्धा भाषेत प्रतिबिंबित होतं. जर्मन व्याकरणात अपवाद फारसे नाहीत. नियम कठोर असले, तरी तर्कशुद्ध आहेत. जर्मन तत्त्वज्ञानाचा प्रभाव भाषेतल्या रचनेवर जाणवतो. भाषा अगदी वैज्ञानिक पद्धतीनं बांधली गेल्यासारखी वाटते. त्याच वेळी, जर्मन भाषेत भावनिक आणि तात्त्विक गहिरेपणाही आहे. म्हणूनच जर्मन भाषेकडे फक्त भाषा म्हणून न पाहता, ती जर्मनीच्या संस्कृती, इतिहास आणि मानसिकतेकडे नेणारी एक खिडकी म्हणून पाहणं अधिक योग्य ठरेल.

साहित्य संगीत आणि विज्ञानातलं जर्मनचं योगदान

जर्मन भाषेनं जगाला उत्कृष्ट साहित्य, महान वैज्ञानिक सिद्धान्त आणि अप्रतिम संगीत दिलं. साहित्याबद्दल सांगायचं झालं, चर गोथे, शिलर, हायने, काफ्का, थॉमस मान या लेखकांनी जर्मनला बौद्धिकतेची उंची दिली. संगीतामध्ये अतुलनीय योगदान देऊन बाख, बीथोव्हेन, मोझार्ट, ब्राहस यांच्या रचनांनी संपूर्ण संगीतजगत बदलून टाकले. विज्ञानासंदर्भात चर्चा करायची म्हटली, तर आइन्स्टाइनपासून रॉबर्ट कोलपर्यंत असंख्य वैज्ञानिकांनी संशोधनजगतात क्रांती घडवली. अनेक वैज्ञानिक दस्तावेज मूळतः जर्मन भाषेत लिहिले गेले आहेत.

शिक्षण, रोजगार आणि जागतिक संधी

जर्मन भाषा शिकल्यानं उच्च शिक्षण, संशोधन, औद्योगिक प्रगती आणि परदेशातल्या रोजगारसंधी मोठ्या प्रमाणात उपलब्ध होतात. जर्मनीतली बहुतेक विद्यापीठं शुल्कमुक्त किंवा अत्यल्प शुल्कात शिक्षण देतात. अनेक कोर्ससाठी जर्मनचं ज्ञान आवश्यक असतं. अभियांत्रिकी, आयटी, आरोग्यसेवा, अनुवाद व भाषा शिक्षण, पर्यटन, ऑटोमोबाइल या सर्व क्षेत्रांत जर्मन भाषिकांना प्राधान्य दिलं जातं; तसेच युरोपमध्ये स्थायिक होण्यासाठी जर्मनचं ज्ञान मोठं साधन ठरतं.

डिजिटल युगातली जर्मन भाषा

इंटरनेटवरचे अनेक संशोधन पेपर्स, तांत्रिक माहिती, पेटंट, दस्तावेज आणि शैक्षणिक सामग्री जर्मनमध्ये आढळते. डिजिटल युगातही जर्मनची प्रसारता मोठी आहे. भाषा म्हणूनही जर्मनचे मानसिक व बौद्धिक फायदे अनेक आहेत. जर्मन भाषा तर्कशक्ती वाढवते, स्मरणशक्ती सुधारते आणि विश्लेषणात्मक विचारसरणी विकसित करते. त्यामुळे जर्मन शिकणं, म्हणजे एक नवीन बौद्धिक स्तर गाठणं होय, असं म्हटलं जातं. जर्मन भाषा शिस्त, तर्क, संस्कृती, सौदर्य आणि बौद्धिकतेची सखोल मिलाफ आहे. तिचं व्याकरण, उच्चार, शब्दसंपदा आणि साहित्य हे सर्व मिळून एक व्यापक आणि प्रभावी भाषिक जग निर्माण करतात. जर्मन शिकणाऱ्या प्रत्येक व्यक्तीसमोर जगभरातलं शिक्षण, रोजगार आणि सांस्कृतिक अनुभवाची दारं उघडतात. ही भाषा केवळ संवादाचं माध्यम नसून, जगाकडे पाहण्याची एक नवी दृष्टी देणारी आहे.

मानसीनं आजचा तास संपवला आणि मंत्रमुग्ध झालेल्या सगळ्यांकडे एक नजर टाकली. जर्मनीची सौंदर्यपूर्ण भाषा, तिची लय, शब्दांची बांधणी आणि संयुक्त शब्दांची गंमत ऐकताना सगळेच अगदी रंगून गेले होते. त्यांनीही आता जर्मन भाषा शिकण्याची तयारी दाखवली. आज मुलं एकमेकांशी जर्मनमधल्या कर्ता, कर्म आणि क्रियापदांच्या रचनेबद्दल एवढी गुंग होऊन चर्चा करत होती, की त्यांना मानसी तास संपवून बाहेर पडल्याचं लक्षातही आलं नाही.

प्रियांका आणि अनुष्का काही नवीन जर्मन शब्द आठवण्याचा प्रयत्न करत होत्या, तर प्रथमेश आणि मयुरेश संयुक्त शब्दांची गंमत एकमेकांना समजावून सांगत होते. मोठ्यांनाही आश्चर्य वाटत होतं, की एवढी वेगळी भाषा असूनही ती किती सुरेख, शिस्तबद्ध आणि ऐकायला मोहक वाटते! सगळ्यांच्या मनात नकळत जर्मन भाषेबद्दल एक नवी उत्सुकता निर्माण झाली होती.

निसर्गाच्या रंगछटा

"मुलांनो, थंड वातावरण असेल, म्हणजे थंडी असेल, तर तुम्ही काय काय कराल? किंवा रात्रीचे ९.३० वाजलेत; पण अजूनही तुम्हाला सूर्य आकाशात दिसतोय, तर तुमची काय भावना असेल?" असं मानसी म्हणाली. तिनं विचारलेल्या प्रश्नांवरून कुजबुजीचं रूपांतर मोठ्या चर्चेत होतंय असं दिसलं, तेव्हा तिनं सगळ्यांना शांत केलं आणि जर्मनीच्या ऋतूबद्दल थोडक्यात सांगितलं.

बर्फानं झाकलेले रस्ते, रंग बदलणारी झाडांची पानं, लांब दिवस आणि लवकर अंधार पडणाऱ्या संध्याकाळी- हे सगळं ऐकून मुलांच्या डोळ्यांत कुतूहल दाटून आलं. प्रियांकाला बर्फाची उत्सुकता होती, तर प्रथमेशला रात्री उशिरापर्यंत सूर्य दिसणं खूपच वेगळं वाटत होतं. मोठी माणसंही मनोमन विचार करत होती. निसर्ग एका देशातून दुसऱ्या देशात इतका वेगळा कसा असू शकतो? आता सगळेच जर्मनीच्या ऋतूंच्या या रंगीबेरंगी दुनियेत डोकावायला उत्सुक झाले होते.

हवामान हा पृथ्वीवरच्या प्रत्येक समाजाचा, संस्कृतीचा आणि जीवनशैलीचा निःशब्द शिल्पकार आहे. दोन ठिकाणांच्या हवामानातला फरक फक्त तापमानात किंवा पावसात नसतो, तर तो भाषा, आहार, घरं, वेशभूषा, सण-उत्सव आणि मानसिकता अशा सर्व बाबींमध्ये जाणवतो.

हेच दोन वेगळ्या संस्कृतींचं मूळ बीज असतं. या दृष्टिकोनातून पाहता, जर्मनी आणि भारत यांची हवामान संरचना जवळपास विरुद्ध ध्रुवांवर उभी दिसते. जर्मनीचं शांत, संतुलित, थंड हवामान आणि भारताचं विविधरंगी, मान्सूनाधारित, उष्ण ते सौम्य असं विस्तृत हवामानचित्र समोर येतं. दोन्हींचा तुलनात्मक अभ्यास मानव-निसर्ग यामधल्या नात्याच्या दृष्टीनं अत्यंत महत्त्वाचा ठरतो.

जर्मनीचं हवामान आणि ऋतूचक्र

जर्मनी युरोपाच्या मध्यभागी वसलेला देश आहे. या भूभागावर उत्तरेकडचा समुद्र, आल्प्स पर्वतरांगांचे वारे, अटलांटिक महासागराची हवा आणि युरोपातले थंड वारे अशा अनेक घटकांचा प्रभाव आहे. त्यामुळं जर्मनीचं हवामान 'टेम्परेचर ओशनिक क्लायमेट' या प्रकारात मोडतं. म्हणजेच हे हवामान संतुलित आणि मध्यम असतं; पण त्याचं ऋतुचक्र स्पष्ट असतं. जर्मनीत प्रामुख्यानं वर्षात चार ऋतू मानले जातात. वसंत, उन्हाळा, शरद आणि हिवाळा. जर्मनीतलं हवामान बहुधा संतुलित असलं, तरी ते भारताच्या तुलनेत नेहमीच कमी संतुलित असतं.

जर्मनीत वसंत ऋतू (मार्च-मे) हिवाळ्यानंतर सुरू होतो. या दरम्यान तापमान मध्यम असतं आणि दिवस मोठे होऊ लागतात. झाडांवर पालवी येते. फुलांचा सुगंध पसरतो आणि उन्हाळ्याकडे हळूहळू चालू लागणारा संक्रमणकाळ यात दिसतो. या काळात तापमान ४°C ते १८°C दरम्यान असतं. जर्मन लोक मार्च ते मे या वसंत ऋतूच्या दिवसांत हायकिंग, सायकलिंग, छोट्या बागांना भेटी देणं अशा सहली, कार्यक्रम आखतात. या दिवसांत टांझ इन देन माई (Tanz in den Mai) सारखे पारंपरिक सोहळे आयोजित केले जातात.

जर्मनीतला उन्हाळा (जून-ऑगस्ट) तुलनेनं सौम्य असतो. तापमान साधारण 20°C ते 30°C दरम्यान असतं आणि दिवस खूप मोठे असतात. या वेळी उष्णतेचा त्रास फारसा नसतो; परंतु काही वेळा 'एसी' नसल्यामुळं उष्णतेच्या लाटांची जाणीव होते. या दिवसात कधी कधी संध्याकाळी ९.३० वाजेपर्यंत सूर्यास्त होत नाही. जून ते ऑगस्ट या उन्हाळ्याच्या दिवसांत पोहणं, किल्ल्यांना भेटी देणं, ॲक्वापार्क्समध्ये जाणं असे 'प्लॅन' केले जातात. जर्मनीमध्ये

उन्हाळ्याच्या दिवसांत ओपन एअर थिएटर आणि म्युझिक फेस्टिवल्स आयोजित केले जातात.

शरद ऋतूला (सप्टेंबर-नोव्हेंबर) रंगांचा ऋतू म्हणता येईल. तापमानात घट, पानांचा पिवळा-लाल रंग आणि ढगाळ वातावरण असा हा काळ मानला जातो. या वेळी तापमान ५°C ते १५°C असतं. हा ऋतू थंडी येणार असल्याचा संकेत देतो. या ऋतूत दिवस लहान होतात. शिवाय रंगांची उधळण केल्यानं निसर्ग अतिशय सुंदर दिसतो. सप्टेंबर ते नोव्हेंबर या शरद ऋतूच्या काळात जर्मनीमध्ये म्युनिक शहरात ओक्टोबरफेस्ट (Oktoberfest) सारखे उत्सव साजरे केले जातात. या काळात लोक झाडांच्या पानांचे बदललेले रंग पाहत आनंद लुटतात. याच काळात चित्रकलेसारख्या छंदांनाही लोक वेळ देताना दिसतात.

जर्मनीतला हिवाळा (डिसेंबर-फेब्रुवारी) हा सर्वांत कठीण काळ. तापमान अनेकदा शून्याखाली जातं. सामान्यतः तापमान १०°C ते ५°C असतं. या दरम्यान बर्फवृष्टी मोठ्या प्रमाणात होते आणि उष्णतेचा स्रोत म्हणून हिटिंग सिस्टिम्स आवश्यक ठरतात. दिवस खूप लहान आणि रात्री मोठ्या असल्यानं या काळात मानसिक आरोग्यावरही परिणाम जाणवतो. डिसेंबर ते फेब्रुवारी या काळात अतिथंड हवामान असल्यानं आणि बर्फवृष्टी झालेली असल्यानं लोक हिवाळी खेळांचा (Winter Sports) आनंद घेतात. या खेळामध्ये स्कीइंग, स्नोबोर्डिंग यांसारख्या खेळांचा समावेश होतो. काही लोक हिवाळी चालणे (Winter Walk) हा उपक्रमही आनंदानं करतात. याच कालावधीत जर्मनीतला सर्वांत महत्त्वाचा असा ख्रिसमस हा सण साजरा होतो. या ख्रिसमससाठी लागणाऱ्या वस्तू आणि सजावटीच्या सामानाचा विशेष बाजार भरवला जातो, ज्याला ख्रिसमस मार्क्ट (Christmas Markt) म्हणतात. हा बाजार पाहण्यासाठी जगभरातून पर्यटक येतात. याच काळात नववर्षाचं स्वागतदेखील लोक अतिशय उत्साहात पार्टीसह करतात.

भारताचं हवामान आणि ऋतूचक्र

भारतात वर्षाचे सहा ऋतू पारंपरिक पद्धतीनं मानले जातात. वसंत, ग्रीष्म, वर्षा, शरद, हेमंत आणि हिवाळा. भारतातलं हवामान प्रामुख्यानं मान्सून पद्धतीवर आधारित आहे आणि देशातल्या कृषिव्यवस्थेवर त्याचा मोठा प्रभाव दिसतो. भारतात वसंत ऋतू (फेब्रुवारी-मार्च) हा सर्वांत आनंददायी काळ मानला जातो. या वेळी तापमान सौम्य असतं, हवा प्रथमेश असते आणि फुलझाडांनी वातावरण

सुशोभित होतं. त्याउलट म्हणजे ग्रीष्म ऋतू (एप्रिल-जून). हा भारतातला सर्वाधिक उष्ण काळ. या काळात अनेक प्रदेशांत तापमान ४०°C पेक्षा जास्त जातं. दुष्काळ पडलेला दिसतो, शिवाय उष्णतेच्या लाटा आणि पाण्याचा तुटवडा ही मोठी आव्हानं असू शकतात. त्यानंतर येतो तो म्हणजे वर्षा ऋतू (जून-सप्टेंबर) हा भारताचा जीवनदायी मान्सून पाऊस शेतीला आधार देतो; मात्र पूर, वाहतूक कोंडी आणि आजार यासारख्या समस्याही निर्माण होतात.

पावसाळ्यानंतरचा स्वच्छ, प्रथमेश आणि सौम्य उष्णतेचा काळ म्हणजे शरद ऋतू (ऑक्टोबर-नोव्हेंबर). दिवाळीसह अनेक सण याच ऋतूत साजरे होतात. त्यानंतर येणारा गारठा असणारा हेमंत ऋतू (नोव्हेंबर-डिसेंबर). या दरम्यान गारठा असतो; तो आनंददायी असतो. सकाळी धुकं, संध्याकाळी थंडी आणि दिवसभरात सौम्य सूर्यप्रकाश ही याची वैशिष्ट्यं आहेत. त्यानंतर थंडी तीव्र होते, म्हणजेच हिवाळा (डिसेंबर-फेब्रुवारी) येतो. हा उत्तर भारतात अत्यंत थंड आणि दक्षिण भारतात सौम्य स्वरूपाचा असतो. हिमालयीन प्रदेशात मोठ्या प्रमाणात बर्फवृष्टीही होते.

जर्मनी आणि भारत यांचं हवामान एकमेकांच्या पूर्ण विरुद्ध आहे. जर्मनीत थंड हवामान, स्थिर तापमान, वर्षभरात येणारा पाऊस आणि ऋतूंमध्ये स्पष्ट फरक आढळतो. मात्र, भारतात तापमानाचा उच्च-नीच पल्ला खूप मोठा आहे. मान्सून हा जीवनाचा केंद्रबिंदू आहे आणि सहा ऋतूंची सांस्कृतिक संकल्पना हवामानाला अधिक अर्थपूर्ण रूप देते. जर्मनीत थंडीला तोंड देण्यासाठी घरांच्या रचनेत इन्सुलेशन, हिटिंग यांची महत्त्वपूर्ण भूमिका दिसते; तर भारतात उष्णतेचा सामना करण्यासाठी खुली रचना, हवेशीर घरं, पावसाळ्यापूर्वीचं तयारीचं चक्र असे बदल दिसतात. शेती, सण, जीवनशैली, कपडे, आहार या प्रत्येक गोष्टींवर हवामानाचा ठोस प्रभाव पडतो. दोन्ही देशांच्या हवामानाचा तुलनात्मक अभ्यास केल्यावर नैसर्गिक परिस्थिती आणि मानवी संस्कृती यांचे परस्परसंबंध अधिक स्पष्टपणे जाणवतात. निसर्ग कसा जीवनशैलीला, समाजरचनेला आणि आर्थिक व्यवस्थेलाही आकार देतो याचं हे उत्तम उदाहरण म्हणता येईल.

जर्मनी आणि भारत हे हवामानाच्या दृष्टिकोनातून दोन टोकाचे देश म्हणता येतील. एक थंड, संतुलित आणि वैज्ञानिक रचनेत वाढलेला, तर दुसरा उष्ण, विविध आणि सांस्कृतिक लयीनं चालणारा. जर्मनी आणि भारत या दोन देशांचा हवामानभेद केवळ तापमानातल्या चढ-उतारांपुरता मर्यादित नाही. तो माणसाच्या दैनंदिन अनुभवावर, सामाजिक संरचनेवर, सांस्कृतिक परंपरांवर आणि मानसिक

जाणिवांवर खोलवर प्रभाव टाकतो. जर्मनीतला चार ऋतूंचा शिस्तबद्ध प्रवाह आहे; पण भारतातले सहा ऋतू परंपरागत, सजीव आणि रंगीबेरंगी लय असलेले आहेत. या दोन्ही प्रणाली मानवी जीवनाला वेगवेगळ्या दिशांनी आकार देतात.

जर्मनीच्या हिवाळ्यातली बर्फाची शांतता, शरदातली पानगळ, उन्हाळ्यातल्या प्रकाशाचा दिमाख आणि वसंतातली फुलांची जागृती हे सगळं जीवनाला शिस्त, स्थैर्य आणि शांततेची अनुभूती देतात. दुसरीकडे भारतातल्या मान्सूनचा जलोत्सव, उन्हाळ्यातलं कडक ऊन, वसंताची प्रथमेशता, हेमंतातली सौम्य थंडी आणि शरदातलं स्वच्छ वातावरण हे निसर्गाशी जोडलेलं एक वेगळंच सांस्कृतिक, भावनिक आणि आध्यात्मिक नातं निर्माण करतात. दोन्ही देशांच्या हवामानातलं अंतर आपल्याला हे पटवून देतं, की निसर्गाचा स्पर्श आणि हवामानाचा प्रभाव हे सार्वत्रिक आहेत; पण त्यांची रूपं स्थानिक वास्तवाशी पूर्णपणे गुंफलेली असतात. जर्मनीतली थंडी मनाला अंतर्मुख करते, तर भारतातला पावसाळा मनाला ओलावा आणि उत्साह देतो. जर्मनीत दिवसांच्या लांबीतला बदल जीवनाच्या गतीला आकार देतो, तर भारतातला मान्सून हा शेती, अर्थव्यवस्था आणि सामाजिक बंध यांच्या केंद्रस्थानी आहे.

या तुलनात्मक अभ्यासातून असं स्पष्ट होतं, की हवामान हे फक्त पर्यावरणीय घटक नसून, ते प्रत्येक समाजाच्या संस्कृतीचं, त्याच्या आनंद, दुःखाचं, सण-उत्सवाचं आणि जीवनशैलीचं अधिष्ठान आहे. निसर्गाच्या लयी वेगळ्या असल्या, तरी त्याची शक्ती एकच आहे. ती म्हणजे मानवाला घडवणं, त्याला शिकवणं आणि त्याला जगण्याची नवी दिशा देणं. म्हणूनच जर्मनीची बर्फाळ गाठ असो किंवा भारताचा मान्सूनाचा ताल, या दोन्ही निसर्गाच्या दोन सुंदर कविता आहेत. ज्यांतून मानव सतत प्रेरणा घेतो आणि पुढे जात राहतो. हवामानातली विविधता हेच भारत आणि जर्मनीसारख्या देशांना अनन्य वेगळं आणि समृद्ध करणारं खरं वैशिष्ट्य आहे.

निसर्ग मानवाला घडवतो, हवामान समाजाला आकार देतं आणि ऋतू संस्कृतीला उभारी देतात या गोष्टी दोन्ही देशांच्या हवामानाच्या अभ्यासातून समजतात आणि म्हणूनच हे दोन्ही देश जरी भिन्न असले, तरी दोघांमध्ये एक समान सत्य आहे, ते म्हणजे निसर्ग हा मानवाचा आधारस्तंभ आहे.

''मानसीताई, आम्ही इथली थंडीच खूप समजत होतो आणि नावं ठेवत होतो. जर्मनीतले लोक कसे राहत असतील एवढ्या थंडीत?'' असा प्रश्न प्रियांका आणि मयुरेशनं विचारला.

त्यावर मानसी म्हणाली, ''अरे, प्रत्येक ठिकाणी असणाऱ्या ऋतूंनुसारच माणसाचं शरीर घडत जातं. आता तिथं राहणाऱ्या लोकांना आपला उन्हाळा सहन होणार नाही ना? तसंच आहे ते; पण कोणालाही कमी न लेखता, नावं न ठेवता समजूतदारपणे वागायला हवं, एवढं जरी सगळ्यांनी पाळलं, तरी पुष्कळ आहे.'' मानसीचं हे बोलणं ऐकून ऐकणारे सगळेच सदस्य खूश झाले आणि या कार्यक्रमाला सगळ्यांनी आलं पाहिजे, अशी चर्चा करत हॉल रिकामा झाला.

दोन संस्कृतींची दोन घरं

"काल मी तुम्हाला जर्मनी आणि भारत या दोन देशांमधल्या हवामानाची तुलना सांगितली. त्या वेळी थंडीपासून आणि उष्णतेपासून बचाव व्हावा, म्हणून दोन्ही देशांमध्ये घरांची रचना कशी असते, तेही थोडक्यात सांगितलं; पण आज आपण घरांबद्दल सविस्तर माहिती घेऊ. चालेल ना सगळ्यांना?"

"हो मानसीताई. आम्हाला आवडेल," सगळ्यांनी एकाच सुरात उत्साहानं उत्तर दिलं. काही मुलांच्या डोळ्यांसमोर जर्मनीतली बर्फाळ घरं उभी राहिली होती, तर मोठ्यांना तिथल्या घरातलं दैनंदिन जीवन कसं असेल, याची उत्सुकता लागली होती. "जर्मनीतली स्वयंपाकघरं आपल्यासारखी असतात का?", "तिथं लोक घरात निवांत वेळ कसा घालवतात?" असे प्रश्नही हळूहळू पुढे यायला लागले. सगळ्यांचा उत्साह बघून मानसीनं हसतच सांगायला सुरुवात केली...

मानवसभ्यतेचा विकास केवळ भाषा, परंपरा किंवा भूगोलातून दिसत नाही, तर तो सर्वाधिक स्पष्टपणे गृहसंस्कृतीतून दिसतो. घर ही भिंतींची रचना नसून, जीवनपद्धतीचं प्रतिबिंब असतं. त्या समाजाच्या मूल्यांचं, आर्थिक रचनेचं, तांत्रिक प्रगतीचं, सौंदर्यदृष्टीचं आणि आंतरिक मानसिकतेचं दर्पण असतं. म्हणूनच जर्मनीतल्या घरांची रचना आणि भारतातल्या घरांची रचना ही दोन वेगळ्या संस्कृतींचा एक विलक्षण, जिवंत आणि सविस्तर इतिहास सांगतात. शिस्तबद्धता, योजनाबद्ध बांधकाम, कार्यक्षमतेवर आधारित डिझाइन आणि मजबूत बांधकाम ही जर्मन घरांची ओळख आहे. दुसरीकडे, भारतीय घरं विविधतेचं दर्शन घडवतात. भारतीय घरांची रचना हवामानानुसार साकारलेली, नातेसंबंध जपणारी, पारंपरिकतेसह आधुनिकतेचे मिश्रण असलेली आणि प्रादेशिक बदलानुसार बदलणारी असते.

गृहरचनेवर होणारे परिणाम

जर्मनीतल्या घरांच्या भिंती जाड आणि मजबूत असतात. प्रत्येक घरात हीटिंग सिस्टीम असते. घरं बांधताना जर्मनीमध्ये लाकूड, दगड, काँक्रिट यांचा मोठ्या प्रमाणात वापर केला जातो. हवा थंड असल्यामुळे जर्मनीमध्ये घरं उबदार राहतील, याची विशेष काळजी घेतली जाते. जर्मन घरांच्या बाह्यरचनेचा विचार करता, जर्मन घरांची काही वैशिष्ट्यं आहेत. सममितीय डिझाइन, सरळ रेषा, हलक्या रंगांचं बाह्य प्लास्टर, मोठ्या काचा, जाड फ्रेम, रेडी-टू-यूज बिल्डिंग मटेरियल, ग्रीन एनर्जी वापर (सोलार, रूफ इन्सुलेशन) अशी जर्मन घरांची काही वैशिष्ट्यं आहेत. याशिवाय जर्मनीमध्ये बंगल्यांपेक्षा अपार्टमेंट्स अधिक असतात. त्याचप्रमाणे नियमबद्ध वास्तुरचना केली जाते. त्यासाठी कुठं काय बांधायचं, यावर कडक शहरी नियम लागू करण्यात आले आहेत. त्याचं तंतोतंत पालन होतं.

बाह्यरचनेप्रमाणंच जर्मन घरांची आतून असलेली रचना विचारात घेतली, तर त्याचीही काही वैशिष्ट्यं सांगता येतात. जर्मन लोक घरांमध्ये कमी वस्तू ठेवण्यावर भर देतात. कमीतकमी डेकोर हे घरांचं प्रमुख वैशिष्ट्य दिसतं. घरांमधलं फ्लोरिंग लाकडी असतं. भिंतींचा रंग साधारणपणे पांढरा किंवा क्रीम रंगाचा आढळतो. घरात ओपन किचन आणि डायनिंग; तसेच इन-बिल्ट स्टोरेज असतं. प्रत्येक खोलीला खिडक्या असतात. खिडक्यांमध्ये खोली उबदार रहावी, म्हणून रेडिएटर्स असतात. जर्मनीतल्या घरांच्या भिंती आवाजरोधक असतात, ज्यामुळे शेजारच्या घरातला आवाज आपल्या घरात ऐकू येत नाही.

जर्मनीमधलं स्वयंपाकघर

जर्मनीमधल्या स्वयंपाकघराची रचना पाहिली असता, स्वयंपाकघरं जास्तीत जास्त स्वयंचलित (Automated) असल्याचं दिसतं. स्वयंपाकघरात डिशवॉशर, ओव्हन, मायक्रोवेव्ह, चिमणी अशा सोयी दिसतात. भारतीय स्वयंपाकघरांप्रमाणे मसाले काढण्याचं, तांदूळ–पीठ इत्यादी ठेवण्यासाठी मोठं स्टोरेज जर्मनीमध्ये आढळत नाही. भारतीय स्वयंपाकघरांमध्ये पारंपरिक आणि आधुनिकतेचा संगम दिसतो, तर जर्मनीतल्या स्वयंपाकघरांमध्ये आधुनिकतेवर भर दिलेला दिसतो. घर भाड्याचं असेल, तर जर्मन घरांमध्ये स्वयंपाकघराची जागा रिकामी दिलेली असते. जिथं भाडेकरूंना स्वतःच्या आवडीप्रमाणे स्वयंपाकघर सजवावं लागतं. भाडेकरू घर सोडून जाताना स्वतः केलेल्या स्वयंपाकघरातल्या सोयी त्यांच्याबरोबर घेऊन जातात. त्यामुळे नवीन भाडेकरूला त्याच्या आवडीप्रमाणे स्वयंपाकघर सजवण्याची संधी मिळते आणि घरमालकाचाही खर्च वाचतो. जर्मनीमध्ये स्वतःचं घर घेऊन राहणाऱ्यांपेक्षा भाड्यानं राहणाऱ्यांची संख्या जास्त आहे. त्यामुळे ही प्रथा सर्वसामान्य झाली आहे. अनेक जर्मन भाडेकरू एकाच घरात अनेक वर्षं राहतात. त्यामुळे ते देखील यावर आवश्यक तेवढा खर्च करायला तयार असतात; तसेच जर्मनीमध्ये भाडेकरूंना वारंवार घर बदलण्याची गरजही नसते.

जर्मन लोक त्यांच्या घरांच्या बेडरूमचा वापर फक्त झोपण्यासाठी करणं पसंत करतात. ते तिथं अभ्यास, खेळ, टीव्ही पाहणं, घरगुती कामं करणं अशी भारतीय घरांमध्ये सर्रास केली जाणारी कामं करत नाहीत. त्यांच्या बेडरूममध्ये मोठ्या कपाटांऐवजी वॉर्डरोब असतात. बेडरूमच्या खिडक्यांना आवाजरोधक स्लायडिंग विंडोज असतात. जर्मन घरातल्या हॉलमध्ये कमीतकमी वस्तू, छोटा सोफा आणि सेंटर टेबल असतं. जर्मनीमधल्या घरांमध्ये ओपन किचन पद्धत आढळते.

घरातल्या खोल्या

जर्मनीमध्ये जुन्या घरांना देखील अंगण नसतं. आधुनिक घरांमध्ये प्रत्येक घराला दोन बाथरूम असतात. घरासमोर छोटीशी का असेना, बाग नक्की आढळते. घरामध्ये स्वतंत्र देवघर नसतं. प्रत्येक घराला एक स्टोअररूम (अडगळीची खोली) असते. जर्मन लोक घराला असलेल्या बाल्कनीमध्ये कपडे वाळत घालत नाहीत; फक्त मोकळी हवा खेळती रहावी या उद्देशानं बाल्कनी असते. आपलं वाहन ठेवण्यासाठी प्रत्येक घराला स्वतंत्र गॅरेज असतं. पर्यावरणपूरक कायदे लक्षात घेऊन आणि त्यांचं काटेकोर पालन करून जर्मनीमध्ये घरांचं बांधकाम केलं जातं. घर बांधण्यात

वापरल्या जाणाऱ्या मटेरियलची नियमबद्ध तपासणी केली जाते. त्यामुळं जर्मन घरांचं बांधकाम साधारणपणे ७० ते १०० वर्षं टिकेल इतकं टिकाऊ आणि भक्कम केलं जातं. इथं घरात गोपनीयतेला महत्त्व दिलं जातं. या घरात घरातल्या प्रत्येकाची स्वतंत्र, खासगी जागा असते. त्यामुळे जर्मन घरं शांत व शिस्तबद्ध दिसतात. स्मार्ट हिटिंग, ऊर्जा-कार्यक्षम भिंती, सोलार रूफ, जोखीममुक्त इलेक्ट्रिकल लेआउट अशा आधुनिक सोयीही घरांमध्ये दिसतात.

जर्मन घरांमध्ये स्वच्छतेचे नियम अतिशय काटेकोरपणे पाळले जातात. घरातल्या कचऱ्याचंही चार वेगवेगळ्या प्रकारांत वर्गीकरण केलं जातं; तसेच आपल्या घरातल्या आवाजाचा शेजारच्या घरातल्या व्यक्तींना त्रास होऊ नये, यासाठी आवाजाचे नियम पाळले जातात. साधारणपणे दुपारी १ ते ३ या वेळेत आणि रविवारी संपूर्ण दिवसभर ड्रिलिंग करणं किंवा मोठ्यानं गाणी वाजवणं, अशा कोणत्याही कृती न करणं हे कटाक्षानं पाळलं जातं.

जर्मनी आणि भारत या दोन्ही संस्कृतींमध्ये घर ही एक महत्त्वाची संकल्पना आहे. मात्र, या संकल्पनेची मांडणी दोन भिन्न दिशांनी प्रवास करते. एका दिशेला थंडीनं झाकोळलेलं शिस्तबद्ध युरोपीय जग आणि दुसरीकडे उष्णतेनं, विविधतेनं आणि कुटुंबाच्या उबदारपणाने नटलेलं भारतीय जग. जर्मन घरं दगड, लाकूड आणि तांत्रिक परिपूर्णतेनं उभी राहतात, तर भारतीय घरं रंग, सुगंध, नाती आणि जीवनाच्या स्वरांनी सजलेली असतात. हा फरक दोन भिन्न नैसर्गिक परिस्थितींचा, जीवनपद्धतींचा आणि सांस्कृतिक मूल्यांचा सहज आणि सुंदर अविष्कार आहे.

'घरात प्रत्येकाची स्वतंत्र जागा,' हे वाक्य ऐकल्यावर मुलं हुरळून गेली; पण 'अशी जागा असली, तरी कुटुंबात शिस्तीचं पालन करावं लागतं,' असं मानसीनं सांगितलं. 'ते कसं?' हा प्रश्न मुलांच्या डोळ्यात दिसायला लागला. शंकानिरसन करत मानसी म्हणाली, "स्वतःची खोली किंवा आवडीची जागा असली, तरी ती स्वच्छ ठेवणं, स्वतःची कामं स्वतः करणं, याला खूप महत्त्व असतं."

हे ऐकताच काही मुलांनी एकमेकांकडे पाहत हसणं सुरू केलं, तर मोठ्यांच्या चेहऱ्यावर मात्र समाधान उमटलं. एकूणच आजचा विषय मुलांसाठीही चांगलाच विचार करायला लावणारा ठरणार होता.

कुटुंबपद्धती आणि मूल्यव्यवस्था

"जर्मनीत मुलांना लहानपणापासूनच स्वतःचे निर्णय घेणं, वेळ पाळणं, आर्थिक शिस्त, वैयक्तिक जबाबदारी याची सवय करून दिली जाते. मुलांना स्वतःचं काम स्वतः करणं शिकवणं हे तिथलं मुख्य तत्त्व आहे," असं सांगून मुलं चुळबूळ करतात का ते मानसीनं बघितलं; पण ती सगळी आता पुढं काय, असं प्रश्नचिन्ह घेऊन मानसीकडे बघत होती. त्यावर मग मानसीनं सांगायला सुरुवात केली.

"तिथं लहान मुलांनाही स्वतःची शाळेची बॅग आवरणं, खोली नीट ठेवणं, छोट्या खर्चाचा हिशोब करणं अशा गोष्टी लहानपणापासून शिकवल्या जातात," ती म्हणाली. हे ऐकताच काही मोठी माणसं नकळत आपल्या मुलांकडे पाहू लागली, तर मुलांच्या चेहऱ्यावर कुतूहल आणि थोडंसं आश्चर्य एकाच वेळी उमटलं. आता जर्मन कुटुंबपद्धती नेमकी कशी असते, हे ऐकण्यासाठी सगळेच अधिक उत्सुक झाले होते.

जागतिकीकरणाच्या युगात प्रत्येक देशाची कुटुंबव्यवस्था तिच्या सामाजिक रचनेचं, सांस्कृतिक प्राधान्यांचं आणि आर्थिक अधिष्ठानाचं प्रतिबिंब असते. प्रत्येक समाजात 'कुटुंब' या संकल्पनेची व्याख्या वेगळी असली, तरी एकमेकांवरचा विश्वास, जबाबदारी, परस्परांची काळजी, मूल्य संवर्धन ही त्या संकल्पनेची मूलतत्त्वं सगळीकडे एकसारखीच असतात. जर्मनी ही अत्यंत प्रगत, उच्च जीवनमान असलेली आणि शिस्तप्रिय म्हणून ओळखली जाणारी राष्ट्रव्यवस्था आहे. तिच्या या प्रगतिपथामागे जर्मन कुटुंबसंस्थेची ठाम, सूक्ष्म; पण परिणामकारक भूमिका आहे.

जर्मन कुटुंबपद्धती केवळ घराच्या मर्यादेत न राहता समाजव्यवस्था, कार्यसंस्कृती, शिक्षण, शिस्त आणि राष्ट्रीय दृष्टिकोनावरही प्रभाव टाकते. भारतातली संयुक्त कुटुंब पद्धती वा भावनिकदृष्ट्या जुळलेल्या कौटुंबिक समाजाच्या तुलनेत जर्मनीतली कुटुंबरचना अधिक स्वतंत्र, व्यक्तिगत स्वातंत्र्य देणारी आणि कायदेशीर चौकटीत बांधली गेलेली आहे. जर्मन इतिहासात कुटुंब ही एक मूलभूत सामाजिक घटक मानली गेली आहे. मध्ययुगीन जर्मनीत घराचं नेतृत्व बहुधा पुरुषांकडे असायचं, तर स्त्रिया घरसंसार, मुलांचं संगोपन आणि सामाजिक व्यवहाराच्या देखभालीसाठी जबाबदार असायच्या. औद्योगिक क्रांतीनंतर पुरुष कारखान्यांत गेले आणि स्त्रियांवर घराची जबाबदारी राहिली; पण विसाव्या शतकाच्या मध्यात, विशेषतः दुसऱ्या महायुद्धानंतर जर्मनीत स्त्रियांची आर्थिक आणि सामाजिक भागीदारी वाढत गेली. या बदलांमुळे आज जर्मन कुटुंबाचे दोन स्पष्ट टप्पे दिसतात, ते म्हणजे परंपरेवर आधारित, पुरुष-केंद्री घरसंस्था आणि समता, स्वातंत्र्य व आधुनिकतेकडे वाटचाल करणारी नवीन घरसंस्था.

जर्मन कुटुंबरचनेचे प्रकार

- **न्यूक्लियर कुटुंब** – जर्मनीत बहुसंख्य कुटुंबांत पालक आणि एक किंवा दोन मुलांचा समावेश असतो. ही घरसंस्था आर्थिक स्वायत्तता, वैयक्तिक गोपनीयता आणि प्रत्येकाच्या स्वतंत्र जगण्याला अनुकूल मानली जाते.
- **सिंगल-पॅरेंट फॅमिली** – आई किंवा वडील एकटेच मूल वाढवतात, तेव्हा त्याला सिंगल-पॅरेंट फॅमिली म्हणतात. जर्मनीत असलेल्या सामाजिक सुरक्षा व्यवस्थेमुळे अशा पालकांना विशेष आर्थिक मदत मिळते.
- **सहजीवन** – लग्न न करता एकत्र राहणाऱ्या जोडप्यांची संख्या जर्मनीत मोठी आहे. मुलांचं संगोपनही अशा सहजीवनातून होतं.

- **मिश्र कुटुंब** - घटस्फोटानंतर दुसऱ्या विवाहातून निर्माण झालेली कुटुंबं, ज्यात सावत्र पालक आणि मुलांचा समावेश असतो.
- **एकल व्यक्तीचं कुटुंब** - जर्मनीत एकटं राहणाऱ्यांची संख्या सर्वाधिक आहे. १८-३० वयोगटातले युवक-युवती उच्च शिक्षणामुळं, नोकरीमुळं किंवा स्वावलंबनामुळं स्वतंत्र राहतात.

जर्मन कुटुंबातली मूल्यव्यवस्था

- **स्वातंत्र्य आणि आत्मनिर्भरता** - जर्मन संस्कृतीत व्यक्तिस्वातंत्र्याला प्रचंड महत्त्व आहे. म्हणून मुलांना लहानपणापासूनच स्वतःचे निर्णय घेणं, वेळ पाळणं, आर्थिक शिस्त, वैयक्तिक जबाबदारी याची सवय करून दिली जाते. त्यासाठी पालक त्यांच्यावर विशेष कष्ट घेतात. परिणामी, मुलांनाही अगदी लहान असल्यापासूनच अंगात शिस्त भिनत जाते आणि मग पुढे जाऊन त्यांना नव्यानं नियम शिकवावे लागत नाहीत.
- **गोपनीयता आणि व्यक्तिगत अवकाश** - जर्मन कुटुंबात प्रत्येकाच्या वैयक्तिक आयुष्याचा आणि विचारांचा मान राखला जातो. कोणत्याही कुटुंबातल्या व्यवस्थेत घरातले वाद किंवा गोष्टी बाहेरच्या लोकांना अथवा कुटुंबाबाहेरच्या लोकांना सांगणे, हे असभ्य आणि अनैतिक मानले जाते. अशा प्रकारच्या गोष्टींना जर्मन कुटुंबात स्थान नाही.
- **शिस्त व नियोजन** - जर्मनीमध्ये आर्थिक नियोजन, मुलांचे शिक्षण, सुट्ट्यांबाबतचे नियोजन, घरकाम आदी जीवनाच्या प्रत्येक क्षेत्रात नियोजनबद्ध कामकाज असते. त्यामध्ये कोणत्याही प्रकारची हयगय खपवून घेतली जात नाही. लहान मुलांनाही सुरुवातीपासून यातल्या प्रत्येकच गोष्टीची सवय लावल्यामुळे त्यांच्याकडूनही ढिसाळ कारभार होत नाही.

विवाहव्यवस्था

जर्मनीत विवाहाबाबतचा निर्णय मुलगा आणि मुलगीच घेतात. त्यातही व्यक्तिस्वातंत्र्य या गोष्टीला महत्त्व देण्यात आले आहे. मुला-मुलींच्या, पालकांच्या किंवा कुटुंबाच्या अपेक्षा काहीही असल्या, तरीही अंतिम निर्णय त्या त्या व्यक्तीचाच असतो. जर्मनीतली कुटुंबव्यवस्था स्त्री-पुरुष समानता या तत्त्वावर उभी आहे. त्याचप्रमाणे इथं लिंग, धर्म, संस्कृती किंवा लैंगिक ओळख यावरून भेदभाव करण्यास सक्त मनाई आहे. यावरून होणाऱ्या भेदभावाला

समाज व कायद्यांचा प्रखर विरोध आहे.

जर्मनीत बहुतेक जोडपी लग्नापूर्वी काही वर्षे एकत्र राहतात. या गोष्टीकडे इथं वेगळी बाब म्हणून पाहिलं जात नाही. जर्मनीत ती सामान्य प्रथा असून या गोष्टीला सामाजिकदृष्ट्या स्वीकारले गेले आहे. विवाहातील कायदेशीर चौकटीच्या बाबतीत पुढील दोन मुद्दे जर्मनीत महत्त्वाचे मानले जातात.

- **संयुक्त मालमत्ता व्यवस्थापन** - जर्मनीमध्ये लग्नाआधी आणि लग्नानंतर अशी मालमत्तेची विभागणी होत नाही. लग्नाआधी स्त्री आणि पुरुष दोघांनी स्वतंत्रपणे कमावलेली मालमत्ता लग्नानंतरही त्यांच्या स्वतंत्र मालकीचीच राहते. त्याचबरोबर, लग्नानंतर दोघांनी एकत्रिपणे कमावलेल्या मालमत्तेवर दोघांचा संयुक्त अधिकार असतो. काही कारणाने घटस्फोट झाल्यास त्या मालमत्तेचं समान विभाजन करण्यात येतं.
- **मुलांवरील संयुक्त हक्क** - जर्मनीमध्ये मूल होण्यासाठी 'लग्न'नावाच्या चौकटीचं बंधन नाही. परस्परसंमतीने एकत्र राहिलेल्या जोडप्यामध्ये लैंगिक संबंध प्रस्थापित झाल्यास त्यातून ते मूल जन्माला घालून त्याचं एकत्रितपणे संगोपन करू शकतात. मुलाच्या जन्मानंतर त्याच्या संगोपनाची जबाबदारी आईइतकीच वडिलांचीही असते. काही कारणाने दोघांचा घटस्फोट झाला तरीही मुलांचं संगोपन ते परस्परसहमतीने करतात.

कर सवलती

जर्मनीमधील करसवलती ही त्याच्या सुसंघटित आणि सामाजिकदृष्ट्या जबाबदार करप्रणालीचा महत्त्वाचा भाग आहेत. जर्मनीमध्ये व्यक्ती आणि उद्योग दोहोंनाही विविध प्रकारच्या करसवलती दिल्या जातात, ज्यामुळे आर्थिक स्थैर्य आणि सामाजिक समतोल राखला जातो. वैयक्तिक करदात्यांसाठी अनेक सवलती उपलब्ध आहेत. उदा. वैद्यकीय खर्च, शिक्षणासाठी केलेला खर्च, विमा प्रीमियम, तसेच कौटुंबिक जबाबदाऱ्या, प्रवास करणं, घरून काम करणं किंवा प्रशिक्षण यासाठीही सवलती मिळतात. विवाहित जोडप्यांसाठी कर दोघांमध्ये समानपणे विभागला गेल्याने कराचा बोजा कमी होतो.

उद्योगांसाठी जर्मनीत विशेष करसवलती दिल्या जातात, विशेषतः संशोधन आणि विकास, हरित ऊर्जा आणि स्टार्टअप्स क्षेत्रात गुंतवणूक करणाऱ्या कंपन्यांसाठी डेप्रीसिएशन धोरण असते. या धोरणामुळे कंपन्यांना त्यांच्या भांडवली गुंतवणुकीवर करसवलत मिळते. तसंच लघु आणि मध्यम उद्योगांसाठी (SMEs)

विशेष प्रोत्साहन योजनाही जर्मनीत आहेत. ज्यामुळं नवउद्योजकता वाढीस लागते. तसंच, दुहेरी कर टाळण्यासाठी जर्मनीने अनेक देशांशी करार केले आहेत, ज्यामुळं आंतरराष्ट्रीय व्यापार सुलभ होतो. एकूणच, जर्मनीची करसवलत प्रणाली ही केवळ करकपात करण्यापुरती मर्यादित नसून ती सामाजिक सुरक्षा, आर्थिक विकास आणि उद्योगवृद्धी यांचा समतोल साधणारी आहे. त्यामुळंच जर्मनीची अर्थव्यवस्था मजबूत राहते आणि नागरिकांमध्ये कर भरण्याबाबत विश्वास निर्माण होतो.

आर्थिक जबाबदाऱ्या

विवाहातील आर्थिक जबाबदाऱ्या या केवळ खर्च उचलण्यापुरत्या मर्यादित नसून, त्या एकत्रित नियोजन, पारदर्शकता आणि परस्पर समजुतीवर आधारलेल्या असतात. विवाहानंतर दोन्ही जोडीदारांनी उत्पन्न, खर्च, बचत आणि गुंतवणूक यांचा समतोल साधणे आवश्यक ठरते. घरखर्च, भाडे किंवा गृहकर्ज, वीज-पाणी बिल, अन्नधान्य, तसेच आरोग्यविमा आणि आपत्कालीन निधी (emergency fund) यांसारख्या बाबींची जबाबदारी दोघांनीही सामायिकपणे स्वीकारली पाहिजे.

यासोबतच, दीर्घकालीन आर्थिक उद्दिष्टे जसे की घर खरेदी, मुलांचे शिक्षण, निवृत्ती नियोजन यासाठी योग्य नियोजन करणे महत्त्वाचे असते. यामध्ये बजेट तयार करणे, अनावश्यक खर्च टाळणे आणि नियमित बचत व गुंतवणूक करणे आवश्यक आहे. अनेक जोडपी उत्पन्नानुसार खर्च वाटून घेतात किंवा 'जॉइंट अकाउंट'चा वापर करतात, ज्यामुळे आर्थिक व्यवहार अधिक पारदर्शक होतात.

तसेच, कर्ज, क्रेडिट कार्ड वापर आणि आर्थिक जोखीम याबाबत स्पष्ट संवाद ठेवणे आवश्यक आहे, कारण एकाच्या आर्थिक निर्णयांचा परिणाम दोघांवरही होतो. विवाहातील आर्थिक जबाबदाऱ्या या केवळ आर्थिक स्थैर्य निर्माण करत नाहीत, तर नात्यात विश्वास, सहकार्य आणि दीर्घकालीन सुरक्षिततादेखील निर्माण करतात. या सगळ्या गोष्टींचा विचार केल्यास जर्मनीमध्ये पालकत्व पद्धती सक्षम, शिस्तबद्ध आणि स्वातंत्र्यपूर्ण आहे. तिथं मुलांना स्वतःचं काम स्वतः करायला शिकवणं हे मुख्य तत्त्व आहे. शक्यतो मुलांना शिस्तीचा भडिमार नको असतो. विशेषतः एखादी व्यक्ती समोर उभं राहून त्यांना काम करायला सांगत असेल किंवा उपदेश करत असेल, तर मुलं त्यांचं ऐकत नाहीत, असं सार्वत्रिक निरीक्षण आहे. मात्र, जर्मनीमध्ये नेमकं हेच टाळून मुलांना अगदी रोजच्या जगण्यातून छोट्या छोट्या गोष्टी शिकवल्या जातात आणि त्यातूनच त्यांना शिस्त लागते. उदा. स्वतःची खोली नीट ठेवणं, शालेय साहित्याची जबाबदारी स्वतः घेणं, सायकलनं शाळेत जाणं,

ठरलेल्या वेळेत जेवण करणं / झोपणं अशा दिनक्रमात असणाऱ्या बाबींमधून मुलं चांगल्या सवयी शिकतात आणि त्याला शिस्तीचं 'लेबल' लागत नाही.

जर्मनीतले पालक त्यांच्या मुलांच्या बाबतीत आणखी एक गोष्ट कटाक्षानं पाळतात. ते त्यांच्या आवडीनिवडी मुलांवर लादत नाहीत. मुलांच्या आवडीनिवडी, शिक्षण, खेळ, व्यवसायाची निवड याबाबत पालक सूचना देऊ शकतात, त्या प्रकारची भूमिका घेऊ शकतात; पण ती मुलांसाठी सक्तीची नसते. मुलं त्यांच्या आवडीनुसार आणि बुद्धीनुसार निर्णय घेऊ शकतात. मुलांना अशा प्रकारचं स्वातंत्र्य असल्यामुळे तेही आनंदानं पालकांशी संवाद साधतात, स्वतःहून मदत करतात. कुटुंबात राहताना घरातली प्रत्येक व्यक्ती घरकामातसुद्धा काही ना काही योगदान देते. ही पद्धत सामूहिक जबाबदारी बळकट करण्यास मदत करते.

शिक्षण आणि कुटुंबातली भूमिका

जर्मनीतल्या शिक्षण व्यवस्थेमुळे पालकांवर मोठी जबाबदारी आहे. मुलांच्या सर्वांगीण विकासासाठी शाळा आणि पालक या दोन्ही घटकांना सारखेच प्रयत्न करणे गरजेचे आहे. त्यामध्येसुद्धा पालक प्रमुख भूमिका बजावतात. मुलांच्या प्रगतीच्या आलेखासाठी शाळेशी नियमित संवाद साधणे, मुलांच्या अभ्यासाचे नियोजन करणे, मुलांना त्यांच्या प्रतिभेनुसार मार्गदर्शन करणे, सांस्कृतिक उपक्रमांत सक्रिय सहभाग घेण्यास प्रोत्साहन देणे अशा प्रकारच्या जबाबदाऱ्या पालक पार पाडतात.

वृद्ध पालकांची जबाबदारी

जर्मनीत वृद्धाश्रम ही पद्धत सामान्य आहे. आता वृद्धाश्रम म्हटल्यावर जे डोळ्यासमोर येते, तेच इथंही होताना दिसतं. या ठिकाणी वृद्धांच्या आरोग्याची काळजी घेतली जाते. त्यांच्यासाठी सामाजिक उपक्रम आयोजित केले जातात. वृद्ध व्यक्तींना स्वावलंबन शिकवलं जातं. अतिवृद्ध व्यक्तींचं व्यावसायिक नर्सिंग, म्हणजेच आवश्यक ती सेवा-सुश्रुषा केली जाते. तरीही अनेक कुटुंबं वृद्धांना त्यांच्याच घरी किंवा त्यांच्या जवळच्या ठिकाणी राहण्यास प्राधान्य देतात.

स्त्री-पुरुष समता

जर्मनी हे स्त्री-पुरुष समतेसाठी जगातील अग्रणी राष्ट्रांपैकी समजलं जाणारं एक राष्ट्र आहे. या देशात महिलांना कामाच्या ठिकाणी उच्च पदांवर सहभाग घेता येण्याची

मुभा आहे. तसेच मातृत्वासाठी महिलांना रजा मिळण्याची सोय आहे. मुलांना वेळ देण्यासाठी दोन्ही पालकांना रजा घेता येऊ शकते. समान वेतनासाठी कायदेशीर संरक्षणही आहे. थोडक्यात, जर्मनीत महिलांची कामं आणि पुरुषांची कामं अशी विभागणी केलेली नाही. सर्वसामान्य पुरुष जी कामं करतात, ती कामं महिलाही करतात. त्याचबरोबर महिलांप्रमाणे पुरुषही स्वयंपाक, घरकाम, मुलांचं संगोपन या गोष्टींमध्ये समान वाटा उचलतात.

कुटुंब आणि समाजव्यवस्था

जर्मनीत कुटुंब आणि समाज हे परस्परपूरक आहेत. एखादी गोष्ट पाळायची किंवा नियम पाळायचा, तर तो केवळ कुटुंबानं किंवा समाजानं पाळायचा, अशी विभागणी केलेली आढळत नाही. जर्मन लोक सभ्य, नियमांचे पालन करणारे आणि एकमेकांच्या गोपनीयतेचा आदर करणारे असतात. त्याचप्रमाणे इथं वेळ न पाळणं हे केवळ असभ्य नव्हे, तर अपमानासमान मानलं जातं. आधी सांगितल्यानुसार, जर्मन लोक अतिशय शिस्तप्रिय असतात. इथं समाजानं पाळायचे असे काही अलिखित सामाजिक नियम आहेत. त्यापैकी प्रमुख म्हणजे, आवाजाचा नियम, कचरा वर्गीकरण आणि सार्वजनिक जागेतील आचारसंहिता होय. कचरा टाकताना त्याचे वर्गीकरण झालेच पाहिजे, सार्वजनिक ठिकाणी वावरताना आवाजाची मर्यादा न ओलांडणे; तसेच बाग, रस्ता अशा ठिकाणी वावरताना समाजमान्य नियम पाळणे आदी सगळ्या गोष्टी लहान मुलांना कुटुंबातूनच शिकवल्या जातात.

आधुनिकतेनं बदललेलं जर्मन कुटुंब

गेल्या काही दशकांत जर्मन कुटुंबव्यवस्थेत प्रचंड सकारात्मक बदल झाले आहेत. आधुनिक काळात जर्मन समाजातदेखील विवाह उशिरा केले जाऊ लागले आहेत; तसेच पूर्वीपेक्षा आधुनिक काळातील जोडपी कमी अपत्ये जन्माला घालतात. भारताप्रमाणेच सामान्य जर्मन नागरिकांची जीवनशैलीही आता डिजिटल, म्हणजे स्क्रीन व गॅजेट्सवर अवलंबून राहणारी झाली आहे. आधुनिक जर्मनीमध्ये मुलांना सांभाळणं हे आई आणि वडील या दोघांचंही कर्तव्य मानलं जातं. त्यामुळे जर्मनीमध्ये मुलांना आई आणि वडील दोघंही मिळून सांभाळतात. इथं 'जेंडर न्यूट्रल पॅरेंटिंग' आढळतं.

जर्मन कुटुंबव्यवस्थेतले सामाजिक कायदे

जर्मनीमधील कुटुंबव्यवस्थेला आधार देणारे सामाजिक कायदे अत्यंत सुसंगत, प्रगत आणि कल्याणकारी स्वरूपाचे आहेत. जर्मन राज्यघटनेत कुटुंबाला समाजातील मूलभूत घटक मानून त्याच्या संरक्षणाची जबाबदारी राज्यावर सोपवली आहे. विवाह, घटस्फोट, पालकत्व आणि मुलांचे हक्क यासंबंधीचे नियम स्पष्टपणे नमूद केलेले आहेत. विवाहानंतर दोन्ही जोडीदारांना समान हक्क आणि जबाबदाऱ्या असतात, तसेच संपत्ती व्यवस्थापनासाठी 'कम्युनिटी ऑफ ॲक्युअर्ड गेन्स' ही प्रचलित पद्धत वापरली जाते. मुलांच्या हक्कांसाठी जर्मनीत विशेष कायदे आहेत. पालकांना मुलांच्या संगोपनाची जबाबदारी असते; परंतु त्याचवेळी राज्य मुलांच्या हिताचं संरक्षण होईल याकडे लक्ष देतं. पालकांसाठीचा निधी आणि मुलांसाठीच्या तरतुदी या सारख्या योजनांद्वारे पालकांना आर्थिक मदत दिली जाते. प्रसूती रजा आणि पितृत्व रजा यासंबंधीही जर्मनीत स्पष्ट नियम आहेत. यामुळे पालकांना कुटुंबाकडे लक्ष देण्यासाठी वेळ आणि आर्थिक सुरक्षा मिळते.

घटस्फोटाच्या बाबतीतही जर्मन कायदे संतुलित आहेत. विभक्त होताना संपत्तीचं विभाजन, मुलांच्या संगोपनाची जबाबदारी (custody) आणि आर्थिक साहाय्य याबाबत स्पष्ट नियम आहेत.

याशिवाय, जर्मनीत समलिंगी विवाह (same-sex marriage) कायदेशीर मान्यता मिळालेली आहे, ज्यामुळे कुटुंबव्यवस्थेची व्याप्ती अधिक व्यापक आणि समावेशक झाली आहे. एकूणच, जर्मन कुटुंबव्यवस्थेतील सामाजिक कायदे हे व्यक्तिस्वातंत्र्य, समानता आणि सामाजिक सुरक्षा यांचा समतोल साधणारे असून, ते आधुनिक आणि न्याय्य समाजरचनेचे उत्तम उदाहरण मानले जातात.

जर्मन कुटुंबसंस्थेचे जागतिक महत्त्व

जर्मन समाजाची शिस्त, वैज्ञानिक दृष्टिकोन आणि मजबूत कुटुंबव्यवस्था ही राष्ट्रीय प्रगतीची गुपितं मानली जातात. मुलांमध्ये स्वावलंबन आणि जबाबदारी यांचं रोपण बालपणीच होतं. त्यामुळे ते भविष्यात व्यावसायिकदृष्ट्या सक्षम आणि समाजहिताचा विचार करणारे नागरिक होतात. जर्मन कुटुंबव्यवस्था ही आधुनिकता, स्वातंत्र्य, शिस्त, समता आणि नियोजन यांचं अद्भुत मिश्रण आहे. स्वरूप जरी बदललं असलं, तरी कुटुंब ही संस्था जर्मन संस्कृतीत आजही तितकीच महत्त्वाची आहे. या संस्थेच्या मूल्यांचा पाया अबाधित आहे. जर्मनीच्या सर्वांगीण प्रगतीमागे या कुटुंबसंस्थेचं अतिशय प्रभावी योगदान आहे.

शांत बसलेली मुलं बघून मानसीला समाधान वाटलं. गोष्ट ऐकण्याच्या निमित्तानं होईना, मुलं स्क्रीनपासून लांब गेली होती आणि मानसीला तिचा उद्देश सफल होताना दिसत होता. मुलांना एवढं शांत बसलेलं बघून त्यांचे पालक खूश झाले आणि पालकांपैकी प्रियांकाची आई मानसीला म्हणाले, ''आम्ही शिस्त लावायचा प्रयत्न करतो; पण ती पद्धत बहुदा चुकत असावी. आत्ता बघ ना, तू केवळ तिथल्या शिस्तीचं आणि वागणुकीचं वर्णन केलंस. ते केवळ ऐकून मुलं शांत बसली. हे माहितीसत्र तू असंच सुरू ठेव.''

फक्त मुलांनाच नाही, तर त्यांच्या पालकांनाही माहिती आवडत आहे, हे बघून मानसीला जास्त छान वाटलं.

स्वादयात्रा आनंदयात्रा

मुलं शांत बसलेली बघून मानसीनं त्यांना संभाषणात घ्यायचं ठरवलं. अनुष्काला वेगवेगळे पदार्थ खायला आवडायचे हे तिला माहिती होतं. त्यामुळे मानसीनं पहिला प्रश्न तिनं विचारला, ''बटाटा, चीझ, ब्रेड आणि केक हे सगळे पदार्थ कोणाला जास्त आवडतात?''

मुलांनी अनुष्काचं नाव पुकारलं; ती पण उत्साहानं म्हणाली, ''हो. आवडतात मला; पण वजन वाढेल म्हणून कुणी खाऊ देत नाही.

''जर्मनीत कोणी कोणाला खाण्यापासून काही अडवत नाही. उलट त्यांच्याकडे विविध प्रकारची खाद्यसंस्कृती आहे. ऐकायला आवडेल का? कोण कोण ऐकणार?''

सगळी मुलं उत्साहानं पुढे सरसावली; पण गोंधळ केला, तर माहिती ऐकायला मिळणार नाही, हे लक्षात आल्यामुळे शांतही झाली आणि मानसीनं आजचं माहितीसत्र घ्यायला सुरुवात केली.

जर्मनी हा शिस्त, संघटन आणि सांस्कृतिक वैभव यांचा सुंदर मेळ असलेला देश. त्याची औद्योगिक प्रगती, उच्च दर्जाचं शिक्षण आणि उत्कृष्ट पायाभूत सुविधा जगभरात ओळखल्या जातात; परंतु या सर्वांइतकीच समृद्ध अशी एक गोष्ट म्हणजे त्यांची आहारसंस्कृती. जर्मनीतली आहारपद्धती ही फक्त 'काय खातात' यापेक्षा 'कसं, केव्हा आणि का खातात' यावर जास्त भर देताना आढळते. जर्मन समाजाच्या दैनंदिन जीवनापासून त्यांच्या उत्सव-परंपरांपर्यंत, त्यांच्या इतिहासापासून त्यांच्या बदलत्या आधुनिक जीवनशैलीपर्यंत अन्नाचं स्थान अवर्णनीय आहे. इथला इतिहास, परंपरा, प्रदेशानुसार पदार्थ, आहाराचं आरोग्यशास्त्र, आधुनिक काळातले बदल, सांस्कृतिक मूल्यं, भारतीय प्रभाव आणि जागतिकीकरणामुळे जर्मन पदार्थांच्या बदलत्या रूपांची विस्तृत माहिती जाणून घेणं अधिक योग्य ठरेल.

जर्मनीतली आहारपद्धती शेकडो वर्षांच्या इतिहासातून घडत गेली आहे. जर्मनीमध्ये वर्षातले सहा महिने मोठ्या प्रमाणात थंडी असते. हिवाळ्यात पिकांचं उत्पादन कमी मिळत असल्याने जुन्या काळातले जर्मन लोक दीर्घ काळ साठवणूक करता येतील अशा पदार्थांकडे वळले. ते म्हणजे सुकामेवा, साठवलेलं मांस, जाऊअरक्राऊट (Sauerkraut) म्हणजे आंबवलेल्या भाज्या, चीज, ब्रेड इत्यादी. हीच पद्धत पुढं त्यांच्या संस्कृतीचा भाग झाली. मध्ययुगात लोक धान्य, ब्रेड, मांस आणि बिअर या चार गोष्टींवर मोठ्या प्रमाणात अवलंबून होते. विशेषतः बिअर हे पेय 'पिण्याचं सुरक्षित पाणी' म्हणून स्वीकारलं जात होतं; कारण त्या काळी पाण्याची शुद्धी कायम राखणं अवघड होतं. औद्योगिक क्रांतीनंतर कामगारवर्गासाठी ऊर्जा मिळेल असे पदार्थ प्राधान्यानं वापरले जाऊ लागले. त्यात मांस, बटाटे, कोबी, सूप आणि ब्रेड महत्त्वाचे होते. युद्धानंतर अन्नाची कमतरता भासली; परंतु १९६० नंतर जर्मनीनं आर्थिक प्रगती केली आणि लोकांच्या आहारात गुणवत्तेचं आणि विविधतेचं महत्त्व वाढलं. इटालियन, तुर्की, आशियाई आणि भारतीय पदार्थ जर्मन शहरांमध्ये लोकप्रिय झाले.

दिवसातला आहार

जर्मनीतल्या लोकांचा दिवस कामासाठी जसा विभागला जातो, तसाच तो जेवणाच्या दृष्टीनेही विभागलेला असतो. त्या बाबतीतही नागरिकांची मतं अत्यंत स्पष्ट असलेली बघायला मिळतात. सर्वसाधारणपणे आपण भारतीय लोक जसा नाश्ता, दुपारचं जेवण, संध्याकाळचा चहा आणि रात्रीचं जेवण असे भाग करतो आणि त्यातही जसा प्रांतानुसार आहारात बदल होत जातो; त्याचप्रमाणे जर्मनीत रचना आहे.

- **सकाळचा नाश्ता** - जर्मन लोक दिवसाची सुरुवात हलक्या; पण पौष्टिक नाश्त्यानं करतात. ज्याला फ्र्यूहस्ट्यूक (Frühstück) प्रामुख्यानं ताजे ब्रेड रोल्स, चीज, मध, जॅम, उकडलेले अंडे, मुसळी किंवा ओट्स, कॉफी / चहा / फळांचा रस असे पदार्थ असतात. याशिवाय कामाच्या मध्ये हे नागरिक मधला छोटा खाऊ घेतात. ज्यात फळं, योगर्ट, छोटी सँडविच किंवा नट्स यांचा समावेश असतो.
- **दुपारचं मुख्य जेवण** - हा दिवसातला सर्वांत भरगच्च आणि महत्त्वाचा आहार असतो. त्याला मिटटागएस्सेन (Mittagessen) म्हटलं जातं. सामान्यतः त्यात मुख्य पदार्थ म्हणून मांस, मासे किंवा भाज्यांचा समावेश असतो. पास्ता, सॅलड, सूप हेही पदार्थ त्यात असतात. कामगार, विद्यार्थी, आणि ऑफिस कर्मचाऱ्यांसाठी हे पौष्टिक जेवण आवश्यक मानलं जातं.
- **चहा-नाश्ता संस्कृती** - ही जर्मनीतली एक सुंदर परंपरा आहे. त्याला काफे उंड कुखेन (Kaffee und Kuchen) असं म्हटलं जातं. त्यानुसार संध्याकाळी ४ वाजता कुटुंब, मित्र किंवा सहकारी एकत्र येतात आणि कॉफीबरोबर केक किंवा पेस्ट्री घेतात. नात्यांमधले बंध वाढवण्याच्या दृष्टीनंही याला महत्त्व आहे.
- **रात्रीचं हलकं जेवण** - रात्री जर्मन लोक हलका आहार घेणं पसंत करतात. त्यालाच आबेन्टब्रोत (Abendbrot) असं म्हणतात. यात ब्रेड, चीज, हॅम, भाजी, सूप, सॅलड इत्यादींवर भर दिला जातो. यामुळे शरीर हलकं होतं आणि झोपदेखील उत्तम लागते.

जर्मनीतले प्रमुख खाद्यपदार्थ

जर्मनीत खाद्यपदार्थांची मोठी परंपरा आहे. त्यापैकी सॉसेजेस म्हणजेच वूर्स्ट (Wurst) हा एक अतिशय लोकप्रिय आणि महत्त्वाचा खाद्यप्रकार आहे. जर्मनीत १,५०० पेक्षा जास्त प्रकारचे सॉसेजेस तयार होतात. सॉसेजेस हा इथल्या खाद्यसंस्कृतीचा महत्त्वाचा भाग आहे. त्याचे विविध प्रकार आहेत. भाजून खाल्ली जाणारी सॉसेजला ब्राटवुर्स्ट (Bratwurst) म्हणतात तर करी केचपसोबत दिल्या जाणाऱ्या सॉसेजला करीवुर्स्ट (Currywurst) म्हणतात. करीवुर्स्ट प्रामुख्यानं इथल्या स्ट्रीट फूडचा भाग आहे. जर्मनीतल्या थुरिंगिया प्रदेशातल्या प्रसिद्ध अशा सॉसेजला थ्युरिंगर रोस्टब्राटवुर्स्ट (Thüringer Rostbratwurst) असं नाव आहे तर न्युर्नबर्गर या शहरातल्या लहान आकाराच्या सुप्रसिद्ध अशा सॉसेजला

न्युर्नबर्गर रोस्टब्राटवुर्स्ट (Nürnberger Rostbratwurst) म्हटलं जातं. फ्रांकफुर्टर (Frankfurter) हा सुद्धा सॉसेजचा प्रकार असून त्याचा उदय फ्रांकफुर्ट शहरातून झाला असून जर्मनीतील प्रसिद्ध सॉसेज म्हणून या पदार्थाचं स्थान आहे. आधुनिक 'हॉट डॉग'ची प्रेरणा याच सॉसेजमधून झाली आहे. सॉसेजेस हा केवळ पदार्थ नसून ते त्या त्या प्रादेशिक अभिमानाचे विषय झाले आहेत.

जर्मनी आणि बटाटा यांचं अतूट नातं आहे. इथं बटाट्याला कार्टोफेल (Kartoffel) म्हटलं जातं. बटाट्याशिवाय जर्मनीतल्या लोकांचं जेवण ही कल्पनाच करणं कठीण आहे. इतक्या मोठ्या प्रमाणात जर्मनीत जेवणात बटाट्याचा वापर केला जातो. जर्मनीत बटाट्याचे काही प्रमुख पदार्थ आहेत. ते म्हणजे, कार्टोफेलसालाट (Kartoffelsalat), कार्टोफेलझुप्पे (Kartoffelsuppe), ब्राटकार्टोफेलन (Bratkartoffeln). बटाट्याचं सॅलड, बटाट्याचं सूप आणि तव्यावर भाजलेले बटाटे असं अनुक्रमे या पदार्थांना म्हणता येईल. बटाट्याचे हे सगळेच पदार्थ जर्मनीत आवडीनं खाल्ले जातात.

ब्रेड : जगातली सर्वांत मोठी ब्रेड संस्कृती

जर्मनीमध्ये ब्रेडचे ३,००० पेक्षा जास्त प्रकार आहेत. बाउअर्नब्रोट (Bauernbrot), प्युर्नपेर्निकेल (Pumpernickel), रोगनब्रोट (Roggenbrot), फोकओर्नब्रोट (Vollkornbrot), ब्र्योटशेन (Brötchen) या ब्रेडचे प्रमुख प्रकार मानले जातात. ब्रेड हा जर्मन खाद्य संस्कृतीचा कणा आहे. ब्रेडच्या जोडीने चीझ, मध हे पदार्थ खाल्ले जातात. तसंच त्याच्या जोडीनं मांसाहार केला जातो. जर्मनीत पोर्कचं प्रमाण जास्त आहे. टर्की, बीफ, चिकन यांचा वापर अलीकडच्या काळात वाढला आहे; तसेच कोबी व अन्य भाज्यांपासूनही काही पदार्थ बनवले जातात. झाउअरक्राउट (Sauerkraut), रोटकोल (Rotkohl), कोलर्युबेन (Kohlrüben) भाज्यांपासून बनवलेले हे पदार्थ प्रसिद्ध आहेत. त्यानंतरचा आवडीचा पदार्थ म्हणजे केक. जर्मनीची केक संस्कृती अतिशय समृद्ध आहे. श्वार्त्सवेल्डर किर्शटोर्टे (Schwarzwälder Kirschtorte), बीनेन्सटीश (Bienenstich), आप्फेल स्ट्रयु डेल (Apfelstrudel), काझंकुखेन (Käsekuchen), श्वाझ्रवेल्डर (Schwarzwälder), किर्शटोर्टं (Kirschtorte) हे केकचे प्रकार प्रसिद्ध आहेत. ब्लॅक फॉरेस्ट केक, मध आणि बदामाचं टॉपिंग असलेला केक, सफरचंदाची पेस्ट्री, चीजकेक असे अनुक्रमे हे प्रकार आहेत.

आहारातील नवे ट्रेंड

जर्मनी डिजिटल, जागतिक आणि पर्यावरणदृष्ट्या जागरूक होत आहे. हा प्रवाह अन्नक्षेत्रातही दिसतो. आता 'वेगन' आणि 'व्हेजिटेरियन'चा वाढता प्रभाव जर्मनीतल्या अन्न संस्कृतीवर दिसतो. जर्मनी हा युरोपातला सर्वाधिक 'वेगन' लोकसंख्या असलेला देश आहे. जर्मनीमधले लोक आरोग्याविषयी अतिशय जागरूक असतात. त्यामुळेच लो-कार्ब, लो-फॅट, ऑर्गेनिक फुड्स यांची मागणी वाढत आहे. असं असलं, तरी जर्मनीत भारतीय, तुर्की, जपानी, कोरियन, थाई पदार्थ मोठ्या प्रमाणात लोकप्रिय आहेत. आता तर परिस्थिती एवढी बदलली आहे, की तिथली तरुण पिढी कामाचा ताण आणि वेळेची कमतरता यामुळे 'रेडी टु इट' आणि 'फूड डिलिव्हरी' संस्कृतीकडे वळली आहे.

जर्मनीत अन्न वाया घालविण्याबाबत कायदे अतिशय कठोर आहेत. रेस्टॉरंट्स, कॅन्टीन, सुपरमार्केट्समध्ये अन्न वाया जाण्याचे प्रमाण कमी करण्याची चळवळ जोरात सुरू आहे. त्यात नागरिकांचाही सक्रिय सहभाग आहे. जर्मनीमध्ये अन्नासंदर्भात विचार कराचा झाल्यास वेळ, शिस्त, स्वच्छता, प्रमाणबद्धता, पोषणावर लक्ष या बाबींना जास्तीत जास्च महत्त्व दिलं जातं. या देशात जेवताना काही विशेष शिष्टातार पाळले जातात. जेवताना शांतपणे आणि हळू जेवणं, दुसऱ्याचं अन्न चाखून बघण्यासाठी विनाकारण हात न लावणं, ताटातले पदार्थ पूर्ण संपवणे, वेळेवर बसून भोजन करणे ही सामाजिक मूल्यं पाळली जातात.

जर्मनीतील आहार आणि भारतीयांचे अनुभव

आज लाखो भारतीय जर्मनीत शिक्षण, नोकरी किंवा व्यवसायासाठी राहतात. त्यांच्या आहारात जर्मन आणि भारतीय दोन्ही संस्कृतींचा सुंदर मिलाफ घडला आहे. भारतीयांना जर्मनीत ब्रेड, सूप, चीज, बटाट्याचे पदार्थ, सॅलड्स हे पदार्थ आवडतात, तर जर्मन लोकांना भारतीय पदार्थांमध्ये बटर चिकन, करी, बिर्याणी, मसाला चहा यांचं विशेष आकर्षण आहे. भारतीय मसाले जर्मनीत खूप लोकप्रिय झाल्यामुळे अनेक सुपरमार्केटमध्ये आता गरम मसाला, हळद, जिरे अशा सगळ्या गोष्टी सहज मिळतात.

जर्मनीच्या आरोग्य मंत्रालयाकडून विविध वयोगटांसाठी विशेष आहार-मार्गदर्शक दिली जातात. यात संतुलित आहार, पाण्याचं सेवन, नैसर्गिक तेल, कमी साखर, पूर्ण धान्य, भाजी, फळं हे पदार्थ खाण्यासाठी प्रोत्साहित केलं जातं. शाळांमध्ये मुलांना 'न्यूट्रिशन एज्युकेशन' दिलं जातं. जर्मन आहारसंस्कृती साधी

असली, तरी तिच्यामागे अतिशय खोल परंपरा, पोषणाची जाण आणि सामाजिक मूल्यं दडलेली आहेत. आज जर्मनी पारंपरिकतेतून आधुनिकतेकडे झेपावताना दिसते. पारंपरिक चव न विसरता नवे प्रयोग स्वीकारणारा देश असलेल्या जर्मनीच्या आहारपद्धतीची हीच खरी वैशिष्ट्यं आहेत.

जर्मनीच्या आहारपद्धतीबद्दल सांगून झाल्यावर मानसीनं आजचं सेशन संपल्याचं जाहीर केलं आणि ती मुलांकडे बघायला लागली. सगळी मुलं आपापसांत चर्चा करत बसली होती. त्यांच्या आयाही त्यांची ती चर्चा मन लावून ऐकत होत्या.

आता जेवताना कोणतेही हट्ट करणार नाही, समोर येईल ते अन्न पूर्णब्रह्म म्हणून खाणार आणि ताटात काहीही टाकणार नाही, अशी मुलांची चर्चा त्यांचे पालक आणि मानसी यांनी ऐकली आणि सगळे मनोमन सुखावले. चर्चेत व्यत्यय नको, म्हणून मानसीनं उद्या काय सांगायचं, ते गुलदस्तातच राहू दिलं.

आरोग्यसेवेचा आदर्श

काल मानसीताईनं आजच्या विषयाची काहीच कल्पना दिली नव्हती. त्यामुळे मुलं आणि सगळे मोठे सभासद आजची माहिती ऐकायला उत्सुक होते. मानसी म्हणाली, ''नागरिकांच्या दृष्टीने अत्यंत महत्त्वाचा असा आजचा विषय आहे. त्यामुळे लहानांसह मोठ्यांनीही लक्ष देऊन काळजीपूर्वक आजचा विषय ऐकावा असं मला वाटतं.''

ती असं म्हणाल्यामुळे सगळ्यांची उत्सुकता ताणली गेली आणि सभागृहात टाचणी पडल्यावरही आवाज होईल, इतकी शांतता पसरली. काही मुलांनी तर एकमेकांकडे बघत अंदाज बांधायला सुरुवात केली. सगळ्यांच्या चेहऱ्यावरचं कुतूहल स्पष्ट दिसत होतं, कारण आजचा विषय प्रत्येकाच्या आयुष्याशी थेट जोडलेला असणार, याची त्यांना जाणीव झाली होती. मानसीनं सगळ्यांकडे एक नजर टाकली आणि जर्मनीच्या आरोग्यव्यवस्थेबद्दल सांगायला सुरुवात केली.

जर्मनी हा केवळ युरोपमधला औद्योगिक महासत्ता नाही, तर सामाजिक सुरक्षा, मानवी हक्क आणि आरोग्यव्यवस्थेच्या दृष्टीनं जागतिक आदर्श मानला जाणारा देश आहे. इथली आरोग्य व्यवस्था फक्त वैद्यकीय उपचारांपुरती मर्यादित नसून, प्रतिबंधात्मक आरोग्य, विमा सुरक्षा, मानसिक आरोग्य, मातृत्व संरक्षण, बालआरोग्य, तंत्रज्ञान, संशोधन आणि सामाजिक कल्याण अशा अनेक स्तरांवर कार्यरत आहे. जगातले अनेक देश आजही नागरिकांसाठी सार्वत्रिक आरोग्य व्यवस्था उभारत असताना जर्मनीनं आरोग्याला मानवी प्रतिष्ठेचा आणि सामाजिक जाबबदारीचा भाग मानलं आहे.

आरोग्यव्यवस्थेची पार्श्वभूमी

जर्मनीची आधुनिक आरोग्यसंरचना एकोणिसाव्या शतकात तयार झाली. १८८३ मध्ये ओट्टो व्हॉन बिस्मार्क यांनी जगातली पहिली सामाजिक आरोग्यविमा योजना सुरू केली. त्याचं नाव 'हेल्थ इन्शुरन्स ॲक्ट.' या कायद्यानुसार कामगारांना अनिवार्य आरोग्यविमा आहे. या विम्याचे पैसे कंपनी आणि कर्मचारी संयुक्तपणे भरतात. याच कायद्यानुसार आरोग्याचा हक्क नागरिकांना मिळतो. त्यानुसार आजारी असलेल्या प्रत्येक नागरिकाला मग तो श्रीमंत असो वा गरीब त्याला आरोग्यसेवा मिळालीच पाहिजे, असा नियम आहे. या हक्काअंतर्गतच आजारी पडल्यावर उपचार नाकारले जाणार नाहीत. फक्त पैसे नाहीत म्हणून उपचार केले जाणार नाहीत, असं घडणार नाही; याही गोष्टी या हक्कात समाविष्ट आहेत.

या योजनेने आधुनिक युरोपात आरोग्यविमा संस्कृतीचा पाया घातला. दुसऱ्या महायुद्धानंतर जर्मनीने आरोग्य क्षेत्रात अधिक गुंतवणूक करून वैज्ञानिक पद्धती, स्वायत्तता आणि तंत्रज्ञान यावर भर दिला. १९९० मध्ये जर्मनी एकत्र आल्यानंतर एकसमान आरोग्यव्यवस्था संपूर्ण देशासाठी लागू करण्यात आली. इतिहासातली ही प्रगती आजच्या आधुनिक आणि जागतिक दर्जाच्या जर्मन आरोग्य व्यवस्थेचं मूलभूत स्वरूप घडवणारी ठरली.

आगळीवेगळी आरोग्यव्यवस्था

जर्मनीच्या आरोग्य क्षेत्राला जगभर खास स्थान मिळण्याची अनेक कारणे आहेत. त्यातली तीन सर्वांत महत्त्वाची कारणं पुढीलप्रमाणे -

- **एकात्मता** - संपूर्ण प्रणाली सर्व नागरिकांना समान सेवा देण्यावर आधारित आहे. उच्च उत्पन्न असणाऱ्यांचा कर आणि विमा योगदान कमी उत्पन्न

असलेल्या किंवा आजारी नागरिकांच्या प्रत्यक्ष संरक्षणासाठी वापरला जातो. या प्रणालीला सोलिडेरिटेट (Solidarität) असं म्हटलं जातं.

- **अनिवार्यता** - जर्मनीत आरोग्यविमा अनिवार्य आहे. अनियमित उत्पन्न किंवा बेरोजगारी असेल, तरी व्यक्तीला आरोग्यविम्यापासून वगळले जात नाही. या गोष्टीला प्फ्लिश्ट (Pflicht) म्हणजेच कंपलसरी पार्टिसिपेशन असं म्हटलं जातं.
- **स्वायत्तता** - सरकार हे केवळ नियम आखण्याचं आणि निरीक्षण करण्याचं काम करतं; मात्र आरोग्यविमा संस्था, डॉक्टर संघटना, रुग्णालय संघटना आणि सामूहिक समित्या व्यवहार्य निर्णय घेतात. या तीन स्तंभांमुळे जर्मन आरोग्यव्यवस्था अत्यंत शिस्तबद्ध, उत्तरदायी आणि स्थिर होते. या गोष्टीला जेल्ब्सफेरवाल्टुंग (Selbstverwaltung) असं म्हटलं जातं. सेल्फ ॲडमिनिस्ट्रेशन अशा पद्धतीची ही व्यवस्था असते.

आरोग्यविम्याची रचना

जर्मनीची आरोग्यव्यवस्था दोन प्रमुख स्तंभांवर कार्य करते. ती म्हणजे वैधानिक आरोग्यविमा आणि खासगी आरोग्यविमा.

- **वैधानिक आरोग्यविमा** - ही जर्मनीतील सार्वजनिक आरोग्यविमा व्यवस्था (स्टॅटुटरी हेल्थ इन्शुरन्स) आहे. त्याला गेझेट्सलिषे क्रांकेनफेरझिशरुंग (Gesetzliche Krankenversicherung) असं संबोधलं जातं. GKV म्हणूनही ही व्यवस्था ओळखली जाते. जगातील सर्वात प्रभावी आणि संघटित आरोग्य व्यवस्थांपैकी एक मानली जाते. जर्मनीतली सुमारे ८५–९०% लोकसंख्या 'जीकेव्ही'अंतर्गत येते. तसेच ही सर्वांत मोठी आणि लोकाभिमुख प्रणाली आहे. ही प्रणाली सर्वसाधारण नागरिकांना अनिवार्य असते. यामध्ये नागरिकांच्या पगाराच्या आकडेवारीनुसार एक निश्चित टक्के रक्कम पगारातून 'प्रीमियम' स्वरूपात वजा होते. त्यासाठी हा 'प्रीमियम' मालक आणि कर्मचारी समसमान रकमेचा भरतात. यामध्ये नागरिकांना औषधं, हॉस्पिटल, विशेषज्ज्ञ, मानसिक आरोग्य, मातृत्व, तपासण्या आदी सर्व सेवांचा लाभ घेता येतो. सर्वांना समान आरोग्यसुविधा या तत्त्वावर ही प्रणाली काम करते.
- **खासगी आरोग्यविमा** - उच्च उत्पन्न गटातले लोक किंवा स्वयंरोजगार

असणारे लोक 'पीकेव्ही' म्हणजे Private Health Insurance सहभागी होऊ शकतात. या प्रणालीमध्ये प्रत्येक नागरिकाच्या वैयक्तिक गरजांनुसार आरोग्य योजना निवडता येते. त्याचप्रमाणे विशेषज्ज्ञ डॉक्टरकडे तत्काळ जाता येतं, काही विशेष सुविधा मिळतात; तसेच काही ठरावीक उपचार उच्च दर्जाचे मिळतात. अशा प्रकारच्या या प्रणालीच्या सुविधा आहेत.

'पीकेव्ही' आणि 'जीकेव्ही' या दोन्ही आरोग्यसुविधांमुळे समाजात संतुलित आरोग्यसेवा उपलब्ध आहे.

प्राथमिक, विशेषज्ज्ञ आणि रुग्णालय व्यवस्था

कुटुंबवैद्य म्हणजे फॅमिली डॉक्टर हा जर्मन आरोग्य व्यवस्थेचा सर्वांत महत्त्वाचा घटक आहे. या कुटुंबवैद्यांमुळे डॉक्टर आणि रुग्ण या नात्यात विश्वास तर निर्माण होतोच. शिवाय अधिक चांगल्या पद्धतीनं उपचारही होतात. हे कुटुंबवैद्य रुग्णाची पहिली तपासणी करतात आणि त्यांच्यावर प्राथमिक उपचार करून पुढील मार्गदर्शनही करतात. गरजेनुसार रुग्णाला औषधांचं प्रिस्क्रिप्शनही देतात. आणखी विशेष उपचारांची गरज भासली, तर त्या रोगाच्या विशेषज्ञाकडे पाठवतात. त्याचप्रमाणे नागरिकांना पूर्वापार ओळखत असल्याने त्यांच्या दीर्घकालीन आजारांवरही ते उपचार करण्यास सक्षम असतात.

जर्मनीमध्ये विशेषज्ज्ञ डॉक्टर मोठ्या प्रमाणात उपलब्ध आहेत. या विशेषज्ञांमध्ये हृदयरोग, कर्करोग, न्यूरोलॉजी, ऑर्थोपेडिक्स, स्त्रीरोग, त्वचारोग, मानसिक आरोग्य, बालरोग यांचा समावेश आहे. या डॉक्टरांकडे अपॉइंटमेंट घेण्यासाठी वेळ लागू शकतो; पण त्यांच्याकडे मिळणारे उपचार अत्यंत उच्च दर्जाचे असतात.

या विशेषज्ज्ञांना भेटण्याबाबत काही नियम आहेत. या डॉक्टरांची अपॉइंटमेंट घेतली आणि ठरलेल्या वेळी त्यांच्याकडे न गेल्यास काही परिणामांना सामोरं जावं लागतं. त्यातल्या काही गोष्टी पुढीलप्रमाणे -

- काही क्लिनिक्समध्ये अपॉइंटमेंट चुकल्यास २० ते १५० युरोपर्यंत दंड आकारला जाऊ शकतो; मात्र क्लिनिकनं तुमच्यासाठी विशेषज्ज्ञाची राखून ठेवलेली विशिष्ट वेळ तुम्ही पाळली नाही आणि ती वाया गेली, तरच हा दंड लागू होतो.
- पुढची अपॉइंटमेंट खूप उशिरा मिळू शकते. विशेषज्ज्ञ डॉक्टरकडे वेळ मिळणं, हे जर्मनीमध्ये आधीच कठीण असतं. एकदा अपॉइंटमेंट चुकली, तर

नवीन तारीख मिळण्यास अनेक आठवडे ते महिने लागू शकतात.

- क्लिनिककडून इशारा मिळण्याची शक्यता असते. काही डॉक्टर आपल्या फाइलमध्ये वेळ चुकल्याची नोंद करतात. हा प्रकार वारंवार झाल्यास क्लिनिक भविष्यात अपॉइंटमेंट देण्यास टाळाटाळ करू शकतं.
- वेळ चुकवल्याचा आरोग्य विम्यावर परिणाम होऊ शकतो. म्हणजे साधारणपणे विम्यावर थेट परिणाम होत नाही; मात्र जर वारंवार वेळ चुकविल्याची गोष्ट घडल्यास काही उपचारांबद्दल विमा कंपनी स्पष्टीकरण मागू शकते.
- जर्मन कायद्यानं डॉक्टर तुमच्यावर दंड लागू करू शकत नाहीत; मात्र ही एक प्रकारची मुभा आहे. तुम्ही घेतलेली अपॉइंटमेंट फक्त तुमच्यासाठी राखीव असून, तुमच्यासाठी डॉक्टरांनी राखून ठेवलेला वेळ वाया गेल्याचे सिद्ध झाल्यास हा दंड भरावा लागतो; पण साधारणपणे क्लिनिकचा नियम असल्यास तुम्हाला दंड भरावाच लागतो. त्यामुळं अपॉइंटमेंटला जाऊ शकत नसाल, तर २४ तासांपूर्वी फोन किंवा ई-मेलद्वारे ती अपॉइंटमेंट रद्द करण्याचा नियम आहे. अनेक क्लिनिक २४ तास आधी अपॉइंटमेंट रद्द केल्यास कोणताही दंड घेत नाहीत. अतिशय महत्त्वाच्या विशेषज्ज्ञांची अपॉइंटमेंट पाळणे शक्य नसल्यास ती रद्द करणं खूप आवश्यक आहे.

रुग्णालय व्यवस्था

सार्वजनिक, खासगी आणि धर्मादाय असे जर्मनीतल्या हॉस्पिटलचे प्रामुख्यानं तीन प्रकार पडतात. प्रत्येक रुग्णालयात उच्च दर्जाची स्वच्छता, प्रशिक्षित कर्मचारी, तंत्रज्ञानयुक्त यंत्रसामग्री, सुरक्षित शस्त्रक्रिया पद्धती, आपत्कालीन विभाग, आयसीयू आणि निदान करण्यासाठी आधुनिक सुविधा असतात. जर्मनीतल्या हॉस्पिटलना गुणवत्ता नियंत्रण राखण्यासाठी कडक तपासण्यांतून उत्तीर्ण व्हावं लागतं.

आपत्कालीन व्यवस्था

जर्मनीची आपत्कालीन सेवा जगभरातली आदर्श मानली जाते. ११२ हा संपूर्ण युरोपमध्ये वापरला जाणारा क्रमांक आहे. या सेवेमध्ये विविध वैशिष्ट्यांचा समावेश होतो. या क्रमांकावर संपर्क साधल्यास रुग्णवाहिका काही मिनिटांत पोहोचते, प्रशिक्षित पॅरामेडिक्स हजर होतात, व्हेंटिलेटर, डिफिब्रिलेटर आदी प्रगत उपकरणांची सुविधा मिळते. आपत्कालीन डॉक्टर या सेवेसाठी हजर होतात, रुग्णाला हॉस्पिटलमध्ये पोहोचेपर्यंत प्राथमिक उपचार मिळतात. आदी सुविधांमुळे ही सेवा

संपूर्ण जगभरात नावाजली गेली आहे. जर्मनीत रेट्टुंग्सगासे (Rettungsgasse) नावाचा वाहतुकीचा नियम महत्त्वाचा आहे. या नियमानुसार वाहतूक कोंडीतही आपत्कालीन सेवांना अडथळा येऊ नये म्हणून जर्मनीत म्हणजेच आपत्कालीन वाहनांसाठी मोकळा मार्ग तयार करणं बंधनकारक आहे.

औषध व फार्मसी व्यवस्था

जर्मनीमध्ये औषधं अपोटेके (Apotheke) या नावानं ओळखल्या जाणाऱ्या फार्मसीमध्येच उपलब्ध असतात. अपोटेके म्हणजे फक्त मेडिकल स्टोअर नाही, तर प्रशिक्षित फार्मासिस्टच्या सल्ल्यासह औषधं मिळण्याचं ते केंद्र असतं. अनेक औषधं डॉक्टरांच्या प्रिस्क्रिप्शनवरच दिली जातात आणि किरकोळ आजारांबाबत फार्मसिस्टकडून मार्गदर्शनही केलं जातं.

तिथं प्रिस्क्रिप्शनमध्ये असलेली औषधं तपासणं, फार्मासिस्ट अत्यंत प्रशिक्षित असणं, औषध खरेदी करण्याची मर्यादा असणं, औषधांची उच्च गुणवत्ता राखली जाणं असे काही नियम कटाक्षानं पाळले जातात. आरोग्याविषयी मार्गदर्शन करणारं केंद्र म्हणूनही अपोटेकेची ओळख आहे.

मानसिक आरोग्य

जर्मनीमध्ये मानसिक आरोग्याला शारीरिक आरोग्याइतकंच महत्त्व दिलं जातं. इथं मानसोपचारतज्ज्ञ, मनोचिकित्सक, थेरपी सत्रं, समुपदेशन, मानसिक आजारांसाठी विमा सुरक्षा आदी सुविधा दिल्या जातात. याशिवाय डिप्रेशन, तणाव, मानसिक आघात, व्यसन यांसाठी विविध उपक्रम राबवले जातात. शाळांमध्येही मानसिक आरोग्याचं शिक्षण दिलं जातं.

मातृत्व संरक्षण आणि बाल आरोग्य

गर्भवती महिला आणि मातांसाठी विशेष कायदेशीर संरक्षण जर्मनीत दिलं जातं. मुटरशुट्स (Mutterschutz) हा कायदा गर्भवती महिला आणि नवमातांना कामाच्या ठिकाणी विशेष संरक्षण देतो. यात मातृत्व रजा, नोकरीची सुरक्षा, प्रसूतीपूर्व व प्रसूतीनंतर कामावर निर्बंध, आरोग्य संरक्षण अशा तरतुदी असतात. प्रसूतीपूर्व ६ आठवडे आणि प्रसूतीनंतर ८ आठवडे सशुल्क रजा दिली जाते. या दरम्यान आरोग्य तपासण्या, प्रसूती सेवा आणि बाळाच्या आरोग्याची संपूर्ण काळजी घेतली जाते.

वृद्धांसाठी विशेष व्यवस्था

वृद्धांच्या सन्मानपूर्ण आणि स्वावलंबी जीवनावर जर्मनीत विशेष भर दिला जातो. वृद्धांसाठी नर्सिंग होम, डे-केअर केंद्रं, घरगुती परिचर्या (nursing care), पुनर्वसन सेवा, दीर्घकालीन आजारांसाठी विशेष मदत तसेच वृद्ध काळजी विमा (Long-term Care Insurance) अशा विविध सुविधा उपलब्ध आहेत. वृद्धांनी शक्य तितकं स्वावलंबी आयुष्य जगावं आणि त्यांचा जीवनमानाचा दर्जा टिकून राहावा, हे जर्मनीच्या वृद्धकल्याण व्यवस्थेचं प्रमुख उद्दिष्ट मानलं जातं.

तंत्रज्ञान, संशोधन आणि डिजिटल आरोग्य

आरोग्यक्षेत्रातलं संशोधनाचं जागतिक केंद्र म्हणजे जर्मनी आहे. इथं रोबोटिक शस्त्रक्रिया, बायोटेक्नॉलॉजी, कर्करोग संशोधन, डिजिटल हेल्थ रेकॉर्ड, दूरचिकित्सा (Telemedicine), एआय आधारित निदान यावर विशेष भर दिला जातो. आरोग्य तंत्रज्ञान क्षेत्रात जर्मनीचा प्रभाव प्रचंड आहे.

आजार प्रतिबंध आणि आरोग्य शिक्षण

या देशात आरोग्य व्यवस्थेला सर्वोच्च प्राधान्य आहे. त्यामुळे कोणतेही आजार होण्यापासून रोखण्यावर नागरिकांसह सरकारचाही भर आहे. त्यासाठी वार्षिक तपासण्या, लसीकरण, कर्करोग तपासणी, फिटनेस उपक्रम, शाळा–महाविद्यालयांतलं आरोग्य शिक्षण, धूम्रपान प्रतिबंध या उपक्रमांमुळे जर्मनीत आजारांचं प्रमाण कमी राहतं.

पर्यावरण आणि आरोग्य

जर्मन लोक पर्यावरणप्रेमी आहेत. हवा, पाणी, आवाज यांसारख्या प्रदूषणांवर कडक नियंत्रण असल्यामुळे आरोग्याचं संरक्षण मोठ्या प्रमाणात यशस्वी ठरतं. शहरांत सायकल मार्ग, हिरवी झाडं, स्वच्छ नद्या, कचरा व्यवस्थापन या गोष्टी आरोग्यदायी वातावरण निर्माण करतात.

आरोग्याचं अर्थकारण

हा देश आपल्या एकूण जीडीपीपैकी मोठा भाग आरोग्यविषयक बाबींवर खर्च करतो. आरोग्यालयातला निधी सरकार, विमा कंपन्या, नागरिकांचं योगदान यातून जमा होतो. ही प्रणाली शाश्वत आणि दीर्घकालीन आहे.

भविष्यातली दिशा

भविष्यात एआय आधारित निदान, Homecare robotics, डिजिटल कार्ड (e-Health Card), संसर्गजन्य रोगांवरील संशोधन, मानसिक आरोग्याचा आणखी विस्तार यावर जर्मनी भर देणार आहे. जर्मनीची आरोग्यव्यवस्था ही मानवी हित, सामाजिक सुरक्षा, वैज्ञानिक दृष्टिकोन आणि उच्च गुणवत्ता यांच्या संगमाचं उत्तम उदाहरण आहे.

जग बदलत असलं, तरी जर्मनी 'आरोग्य हा हक्क' ही भूमिका दृढपणे पाळत राहिला आहे. या देशानं नागरिकांचं आरोग्य म्हणजे सामाजिक कर्तव्य, मानवी हक्क आणि वैज्ञानिक जबाबदारीचा एकात्मिक भाग केलं आहे. जर्मनीचं आरोग्यक्षेत्र ही केवळ एक प्रणाली नाही, तर सामाजिक संस्कृतीचा अविभाज्य पाया आहे.

"आज मी तुम्हाला एक अतिशय महत्त्वाचा आणि म्हटलं तर थोडा सीरियस असा विषय सांगितला आहे. कोणाला याविषयी काही शंका किंवा प्रश्न आहेत का?" असं मानसीनं विचारल्यानंतर मध्यमवयीन आणि वृद्ध लोकांत थोडी चुळबूळ सुरू झाली.

लहान मुलांना हा विषय गंभीर आहे इतकंच समजलं होतं; पण त्यातलं गांभीर्य समजण्याचं त्यांचं वय नव्हतं. मात्र, उर्वरित सगळ्यांच्या शंका निवारण्याचं आश्वासन देऊन मानसीनं उद्या काय सांगणार हे थोडक्यात सांगितलं. गंभीर विषयांमुळे मुलांचा रस कमी व्हायला नको, ही खबरदारी मानसी घेत होती. त्यामुळे उद्या 'साहित्यापासून फुटबॉलपर्यंत...' असा विषय असणार आहे, असं सांगितल्यावर मुलांच्यात एकच कल्ला झाला आणि वातावरण जरासं निवळलं.

साहित्यापासून फुटबॉलपर्यंत...

कालच्या गंभीर विषयानंतर आज वेगळा आणि आवडीचा विषय ऐकायला मिळणार हा आनंद मुलांच्या चेहऱ्यावर दिसत होता. मात्र, काय काय सांगणार आहे, त्याची जास्त माहिती न देता उत्सुकता ताणली जाईल, याची काळजी मानसीनं घेतली होती. तरीही प्रियांकानं विचारलंच. ''ताई, आज तू कोणकोणते मुद्दे सांगणार आहेस? कालपासून आम्ही विचार करतोय.''

''हो ना. मला आणि मयुरेशला फुटबॉल आवडत नाही. आम्हाला नाटक, सिनेमा, पुस्तकं वगैरे आवडतात; पण फुटबॉल म्हटल्यापासून प्रथमेश आणि प्रियांका तो विषय सोडून बाकी काही बोलतच नाहीत.''

असं अनुष्का म्हणाली आणि हॉलमध्ये खसखस पिकली. त्यावर मानसीनं तिची समजूत काढण्यासाठी तिला आणि मयुरेशला आवडणाऱ्या गोष्टीही आज सांगणार असल्याचं सांगितलं आणि थेट मुद्द्यालाच हात घातला.

जर्मनी हा देश जितका विचारप्रधान, तितकाच कलाभिमुख आणि तितकाच आधुनिक आहे. शतकानुशतकं युरोपच्या राजकीय, सामाजिक आणि वैज्ञानिक घडामोडींमध्ये महत्त्वाचं स्थान राखणाऱ्या या देशानं केवळ औद्योगिक क्रांतीच्या माध्यमातून जग बदललं नाही, तर साहित्य, संगीत, नाटक, चित्रपट आणि क्रीडा या पाचही क्षेत्रांत मानवतेला एक वेगळा आदर्श दिला.

तत्त्वज्ञान, वैज्ञानिक मनोवृत्ती, शिस्त, सौंदर्यशास्त्र, जबाबदारी आणि सामुदायिक बंध यांवर जर्मन संस्कृतीचा पाया आधारित आहे. गोएथे- शिलर यांच्या काव्यांपासून बीथोव्हन- वॅगनरच्या सुरावटींपर्यंत, ब्रेष्टच्या सामाजिक नाटकांपासून मेट्रॉपोलिससारख्या प्रयोगशील सिनेमापर्यंत आणि फुटबॉल-जिम्नॅस्टिक्ससारख्या खेळांपर्यंत जर्मनीचा सांस्कृतिक पट ऐतिहासिक, सौंदर्यपूर्ण, उत्कट आणि मानवकेंद्री आहे.

शब्दांतलं तत्त्वज्ञान

जर्मन साहित्याचा इतिहास हा युरोपातल्या सर्वाधिक तात्त्विक आणि विचारप्रधान इतिहासांपैकी एक मानला जातो. साहित्य हा जर्मनीमध्ये केवळ मनोरंजनाचा किंवा अभिव्यक्तीचा मार्ग नसतो; तर संस्कृतीचा आरसा असतो.

मध्ययुगीन परंपरा ते लोककथा

जर्मन साहित्याची पायाभरणी लोकसंस्कृतीतून झाली. ग्रामीण भागातल्या भावकथा, लोकगीतं, वीरकाव्यं आणि धार्मिक स्तोत्रांनी जर्मन समाजाची मानसिकता, मूल्यव्यवस्था आणि सांस्कृतिक जाणीव घडवली. लोकपरंपरा आणि मिथकांच्या आधारावर उभं राहिलेलं हे साहित्य पुढे जागतिक पातळीवर प्रभावी ठरलं.

- **निबेलुंगेनलीड (Nibelungenlied)** - जर्मन साहित्यातील एक महत्त्वाचं वीरकाव्य. यात शौर्य, प्रेम, सूड, युद्ध आणि नैतिक संघर्ष यांचं प्रभावी चित्रण या काव्यात दिसून येतं.
- **ब्रदर्स ग्रिम (Brothers Grimm)** - जर्मन लोककथांचं जागतिकीकरण करण्याचं मोठं श्रेय त्यांना दिलं जातं. Little Red Riding Hood, Rapunzel, Snow White यांसारख्या कथा त्यांनी जगभर पोहोचवल्या. या कथा केवळ मुलांच्या मनोरंजनापुरत्या मर्यादित नव्हत्या; त्या समाजाच्या नैतिक, सांस्कृतिक आणि मानसिक रचनेचा गाभा प्रतिबिंबित करत होत्या.

जर्मन साहित्यविश्वात रोमँटिसिझम (Romanticism) हाही साहित्यप्रवाह

विशेष गाजला. जर्मन रोमँटिसिझमला युरोपच्या सांस्कृतिक इतिहासातील एक उज्ज्वल पर्व मानलं जातं. या साहित्यप्रवाहात भावना, कल्पनाशक्ती आणि रहस्य यांचा सुंदर तिहेरी संगम दिसतो. निसर्ग, आत्मशोध, गूढता आणि मानवी भावविश्व यांना या काळात विशेष महत्त्व प्राप्त झालं

याचबरोबर जर्मन साहित्याने राजकीय, सामाजिक आणि वैचारिक प्रश्नांनाही प्रभावीपणे हाताळलं. युद्ध, राष्ट्रवाद, फॅसिझम, लोकशाही, सामाजिक बदल आणि मानवी स्वातंत्र्य यांसारख्या विषयांवर अनेक साहित्यकृती निर्माण झाल्या.

आजचं जर्मन साहित्य स्थलांतर, जागतिकीकरण, युद्धोत्तर इतिहास, स्त्री-अभिनिवेश, तंत्रज्ञान, ओळखीचा प्रश्न आणि सांस्कृतिक मिश्रण अशा विविध विषयांनी समृद्ध आहे. त्यामुळे जर्मन साहित्य हे केवळ परंपरेचा वारसा नसून बदलत्या समाजाचं जिवंत प्रतिबिंब मानलं जातं. विविध लेखकांनी जर्मन साहित्य समृद्ध केलं आहे. त्यातल्या महत्त्वाचे लेखक आणि त्यांचं महत्त्वाचं योगदान पुढीलप्रमाणे -

- **गोएथे** – जर्मन साहित्याचा सर्वांत भक्कम स्तंभ म्हणजे जोहान वोल्फगांग फॉन गोएथे. त्याचं योगदान इतकं व्यापक आहे, की गोएथेशिवाय जर्मनी समजणं अशक्य आहे, असं म्हणतात. गोएथेनं लिहिलेली 'फॉस्ट' ही कलाकृती युरोपातील आधुनिक साहित्याचा पाया मानली जाते. मानवी ज्ञानलालसा, लोभ, आत्मसंघर्ष, नैतिक द्वंद्व आणि आत्मशोध यांचा संगम यात पाहायला मिळतो. निसर्ग निरीक्षण, वैज्ञानिक दृष्टी, तत्त्वज्ञानातील संतुलन, मानवी मनाचं अचूक विश्लेषण हे गोएथेचे इतर महत्त्वाचे पैलू आहेत. साहित्यिक, तत्त्ववेत्ता, शास्त्रज्ञ आणि समाजद्रष्टा अशीही ओळख त्याची होती.
- **फ्रेडरिक शिलर** – स्वातंत्र्याचा बुलंद आवाज अशी फ्रेडरिक शिलरची ओळख सांगितली जाते. तो गोएथेचा साहित्यिक सहचारी व मित्र होता. त्याच्या नाटकांमध्ये स्वातंत्र्य, अन्यायाविरुद्धचं बंड, नैतिकता आदी बाबींचा प्रामुख्यानं समावेश आहे. 'विल्हेल्म टेल' आणि 'द रॉबर्स' या त्याच्या साहित्यकृती आजही राजकीय शोषणाविरुद्धच्या संघर्षाची प्रतीकं मानली जातात.
- **नोव्हालिस** – नोव्हालिस हा एक जर्मन अभिजात, बहुआयामी, कवी, कादंबरीकार आणि तत्त्वज्ञ होता. त्याला जेना रोमँटिसिझमचं एक प्रभावशाली व्यक्तिमत्त्व मानलं जातं. तो आध्यात्मिक साहित्याचा पुरस्कर्ता असून, त्याच्या लिखाणात प्रेम आणि रहस्य यांचा सुंदर समन्वय आहे.

- **ई. टी. ए. हॉफमन** – हॉफमन हा कल्पनारम्य आणि गॉथिक भयपटांचा लेखक, एक कायदेतज्ज्ञ, संगीतकार, संगीत समीक्षक आणि कलाकार होता. त्यानं लिहिलेली 'द सँडमन' लघुकथा ही भयपट कथांचं एक उत्तम उदाहरण म्हणून पाहिली जाते. त्याची 'मॅडेमोइसेल डी स्कुडेरी' ही कादंबरी गुन्हेगारी कथांच्या सुरुवातीच्या उत्कृष्ट कलाकृतींपैकी एक मानली जाते. याशिवाय हॉफमन अतिवास्तववादी कथा लिहिणारा; तसेच मानवी मनातील भीती, गूढता आणि कल्पनाविश्वाचा अभ्यास असणारा म्हणून प्रसिद्ध आहे.
- **थॉमस मान** – हा एक जर्मन कादंबरीकार, लघुकथा लेखक, सामाजिक समीक्षक, परोपकारी, निबंधकार आणि १९२९ सालचा साहित्यातला 'नोबेल पारितोषिक' विजेता होता. त्याच्या अत्यंत प्रतीकात्मक आणि उपरोधिक कादंबऱ्या कलाकार आणि बुद्धिजीवींच्या मानसशास्त्रातील अंतर्दृष्टीसाठी प्रसिद्ध आहेत. मानचा बुर्जुवा समाज, संस्कृती, रोग, नैतिकता आणि राजकीय प्रवाहांचा सखोल अभ्यास होता.
- **हेनरिक हेन** – हेन हा जर्मन कवी, लेखक आणि साहित्यिक समीक्षक होता. जर्मनीबाहेर तो त्याच्या सुरुवातीच्या गीत स्वरूपातल्या कवितांसाठी ओळखला जात होता. त्यानं केलेलं पद्य आणि गद्य त्याच्या व्यंग्यात्मक विनोदबुद्धीमुळे ओळखलं जातं. त्याच्या कट्टरपंथी राजकीय विचारांमुळे जर्मन अधिकाऱ्यांनी त्याच्या प्रकारच्या लिखाणावर बंदी घातली; मात्र त्यामुळे त्याच्या कीर्तीत भरच पडली. राजकीय व्यंग, तिखट शब्दांतल्या कविता आणि सामाजिक संघर्ष असे विषय प्रामुख्यानं होते.
- **फ्रान्झ काफ्का** – विसाव्या शतकातल्या साहित्यातलं एक प्रमुख व्यक्तिमत्त्व म्हणून फ्रान्झ काफ्काला सर्वत्र ओळखलं जातं. त्याच्या लिखाणामध्ये वास्तववाद आणि काल्पनिकतेचा संगम आहे. त्याचे नायक सामान्यत: विचित्र किंवा अतिवास्तववादी परिस्थिती आणि अनाकलनीय सामाजिक-नोकरशाही शक्तींना तोंड देणारे एकाकी असतात. 'काफ्काएस्क' हा शब्द त्याच्या लेखनात दर्शवल्या गेलेल्या परिस्थितींचं वर्णन करण्यासाठी शब्दकोशात घेण्यात आला आहे. 'द मेटामॉर्फोसिस' (१९१५), 'द ट्रायल' (१९२४), 'द कॅसल' (१९२६) या त्याच्या साहित्यकृती अतिशय प्रसिद्ध आहेत. तो जगातला सर्वाधिक प्रभावी आधुनिक लेखक असून, त्याच्या साहित्याचा केंद्रबिंदू भीती, अनिश्चितता, सत्ता आणि व्यक्तींतला संघर्ष असल्याचे सर्वज्ञात आहे.

- **हर्मन हेसे** – हा कवी आणि कादंबरीकार होता; तसेच १९४६चा साहित्यातला 'नोबेल पारितोषिक' विजेता होता. पूर्वेकडची धार्मिक, आध्यात्मिक आणि तात्त्विक परंपरांमधली त्याची आवड आणि जंगियन विश्लेषणातला त्याचा सहभाग यामुळे त्याच्या साहित्यकृतीला आकार मिळाला. त्याच्या सर्वांत प्रसिद्ध कादंबऱ्यांमध्ये 'डेमियन', 'स्टेपेनवोल्फ', 'सिद्धार्थ', 'नार्सिसस अँड गोल्डमंड' आणि 'द ग्लास बीड गेम' यांचा समावेश आहे.

जर्मन संगीत

जर्मन संगीताचा इतिहास म्हणजे शास्त्रीय संगीताचा स्वर्ग मानला जातो. जर्मनीमधल्या सुरुवातीच्या संगीतात भजनं, लोकगीत आणि वाद्यसंस्कृती याचा प्रामुख्यानं समावेश होतो. त्यातही गावकुसातल्या लोकगीतांनी संगीताला भावनात्मक पाया दिला आणि त्यानंतर चर्चच्या संगीतानं शिस्त व सुरांची वैज्ञानिक रचना दिली. असे झाल्यानंतर संगीत लोकांमध्ये पोहोचले आणि त्यानंतर ते हळूहळू लोकप्रिय होण्यास सुरुवात झाली.

जर्मनीत जसे साहित्यिक आणि तत्त्वज्ञ लोकप्रिय होते, आहेत; तसेच जर्मनीत काही प्रसिद्ध संगीतकारही आहेत. शिवाय त्यांच्या संगीताची काही वैशिष्ट्यंही आहेत. पारंपरिक संगीताबरोबर जर्मनीत आधुनिक संगीताची 'क्रेझ'ही तितकीच आहे. या आधुनिक संगीतात टेक्नो, इलेक्ट्रॉनिक आणि पॉप या प्रकारांचा समावेश होतो. बर्लिन हे जगातल्या टेक्नो संगीताचं केंद्र आहे. यामुळे जर्मनी आज पारंपरिक आणि आधुनिक संगीताच्या संगमात अग्रणी आहे, असं मानलं जातं.

- **जे. एस. बाख** – विविध वाद्यं आणि विविध प्रकारांमध्ये केलेल्या उत्कृष्ट कामगिरीसाठी बाख याची ओळख आहे. फेलिक्स मेंडेलसोहन यांनी १८२९मध्ये 'सेंट मॅथ्यू पॅशन'च्या सादरीकरणानं बाखचं पुनरुज्जीवन झालं. तेव्हापासून बाख हा शास्त्रीय संगीताच्या महान संगीतकारांपैकी एक म्हणून ओळखला जातो. गणिती आणि संरचनात्मक सिद्धान्त, अनुक्रमांची तोंडओळख आणि आध्यात्मिक अनुभूती हा बाखच्या संगीताचा पाया आहे. त्यामुळे त्याला 'संगीतातला न्यूटन' म्हटल्यास वावगं ठरणार नाही, अशी त्याच्या चाहत्यांची भावना आहे.
- **बीथोव्हन** – पाश्चात्त्य संगीताच्या इतिहासातल्या सर्वांत आदरणीय व्यक्तिमत्त्वांपैकी एक असलेला बीथोव्हन हा एक जर्मन संगीतकार आणि पियानोवादक होता. त्याच्या कलाकृती शास्त्रीय संगीताच्या सर्वांत जास्त

सादरीकरण केलेल्या संगीताच्या संग्रहात गणल्या जातात आणि शास्त्रीय ते रोमँटिक युगातल्या संक्रमणापर्यंत त्या दिसतात. बीथोव्हनने सुरांमध्ये बंड, दु:ख, जिद्द आणि विजयाचं चित्र रंगवल्याचं दिसतं. Beethoven's Ninth, Fifth Symphony हे त्याचं संगीत आजही प्रेरणा देतं.

- **वॅगनर** – वॅगनर हा एक जर्मन संगीतकार, नाट्य दिग्दर्शक आणि निबंधकार होता. त्याच्या परिपक्व कलाकृतींना संगीत नाटक म्हणून संबोधलं गेलं असलं, तरी तो त्याच्या ऑपेरासाठी प्रसिद्ध आहे. वॅगनरने रोमँटिक परंपरेतल्या कलाकृतींद्वारे ओळख मिळवली; परंतु काव्यात्मक, संगीतमय, दृश्य आणि नाट्यमय घटकांना एकत्र करण्याचा प्रयत्न करणाऱ्या 'गेसमटकन्स्टवर्क' (कलांचं एकूण कार्य) या संकल्पनेद्वारे क्रांती घडवून आणली.

जर्मन नाटक (थिएटर) : समाजाचे आरसे

जर्मन सरकार कलाकारांना अनुदान देतं. प्रत्येक शहरात थिएटर, ऑपेरा हाउसेस आणि नृत्यमंच कार्यरत आहेत. ही प्रणाली जर्मनीला जगातल्या सर्वाधिक सक्रिय नाट्यसंस्कृतीचा देश ठरवते. जर्मनीचं थिएटर आज विचारमंथनाचं केंद्र झालं आहे. इथं पारंपरिक नाटकांबरोबरच आधुनिक नाटकांतही वेगवेगळे प्रयोग केले जातात. त्यातही विविध विषय हाताळले जातात.

स्थलांतर, स्त्री-अभिनिवेश, तंत्रज्ञानाचा प्रभाव, युद्धोत्तर मानसिकता, राजकीय व्यंग अशा विषयांचा त्यात समावेश आहे. याबाबत प्रसिद्ध नाटककार ब्रेष्ट याच्या कलाकृतीचं उदाहरण देण्यासारखं आहे. ब्रेस्ट हा जर्मन रंगभूमीचा अभ्यासक, नाटककार आणि कवी होता. वेमर प्रजासत्ताकाच्या काळात वयात आल्यानंतर त्याला म्युनिकमध्ये नाटककार म्हणून पहिलं यश मिळालं आणि तो १९२४मध्ये बर्लिनला गेला. तिथं त्यानं एलिझाबेथ हॉप्टमन आणि कर्ट वेल यांच्याबरोबर 'द थ्रीपेनी ऑपेरा' लिहिलं. या काळात मार्क्सवादी विचारात बुडून ब्रेष्टनं उपदेशात्मक 'लेहर्स्टुक' लिहिलं आणि 'एपिक थिएटर'चे जनक झाले. यामुळे नाट्यकलेचं स्वरूप बदललं. परिणामी, ब्रेष्ट जगातल्या सर्वांत प्रभावी नाटककारांपैकी एक आहे.

जर्मन चित्रपट

जर्मन सिनेमाचा इतिहास अत्यंत समृद्ध आहे. जर्मन अभिव्यक्तीवादी सिनेमा (Expressionist Cinema) ही वेमर-युगातली जर्मनीमध्ये उगम पावलेली

एक शैलीत्मक चित्रपट चळवळ आहे. ज्यामध्ये चिंता, भीती आणि वेडेपणा यासारख्या अंतर्गत मानसिक अवस्थांचं बाह्यीकरण अत्यंत विकृत, अतिरेकी आणि अतिशयोक्तीपूर्ण दृश्यांद्वारे केलं जातं. यामधील 'मेट्रोपोलीस', 'डॉ. कालिगारी' यासारख्या सुरुवातीच्या चित्रपटांनी प्रकाशछायांचा अद्भुत वापर, मनोवैज्ञानिक प्रतीक, विचित्र सेट्स यांच्या माध्यमातून जागतिक सिनेमा बदलला. दुसऱ्या महायुद्धानंतर जर्मनी दोन भागांत विभागलं गेलं. त्या वेळच्या वेदना, तणाव, स्मृती, राजकीय तणाव हे विषय सिनेमाचे केंद्रबिंदू झाले.

फासबिंडर (Fassbinder), हेत्सोंग (Herzog), वेन्डर्स (Wenders) या दिग्दर्शकांनी जर्मन सिनेमाला जागतिक पटलावर परत आणलं. यांच्यात सामाजिक टीका, ओळख, प्रवास, एकाकीपणा आणि बंड हे विषय मुख्यत्त्वे वापरले गेल्याचं दिसतं. The Lives of Others, Good Bye Lenin!, Downfall या चित्रपटांनी आधुनिक जर्मन सिनेमांचं प्रतिनिधित्व केलं.

जर्मन क्रीडाप्रकार

क्रीडा हा जर्मनीच्या सांस्कृतिक जीवनाचा कणा आहे. फुटबॉल हा जर्मनीचा राष्ट्रीय अभिमान आहे. बुडेसलिगा (Bundesliga) ही अत्यंत लोकप्रिय फुटबॉल लीग आहे. फुटबॉल हा जर्मनीचा भावनिक आणि सांस्कृतिक भाग आहे. ऑलिंपिक खेळांमधले जिम्नॅस्टिक्स, स्विमिंग, टेनिस, ॲथलेटिक्स, हँडबॉल या सर्व खेळांत जर्मन खेळाडू जागतिक स्तरावर चमकले आहेत. जर्मनीचे पर्वतीय प्रदेश जगातल्या उत्तम स्कीइंग स्थळांपैकी एक आहेत.

खेळांबद्दल सांगायचं झालं, तर शिस्त, संघभावना, वैज्ञानिक प्रशिक्षण, सामाजिक सहभाग असलेले क्लब ही जर्मनीतल्या खेळांची मुख्य तत्त्वं आहेत. मानवाच्या जीवनाचा विचार करायचा झाला, तर साहित्यामुळे मनाला विचार मिळतात. संगीतामुळे आत्मा सुखावतो, नाटकातून समाजाला प्रश्न विचारता येतात. चित्रपटातून इतिहास कळतो; तसेच क्रीडेमुळे शरीराला आणि राष्ट्राला बळकटी मिळते. जर्मनीची संस्कृती प्रयोगशीलतेची, विचारांची, सौंदर्याची एक भव्य प्रयोगशाळा आहे, असे उगीच म्हटले जात नाही.

मानसीचं सगळं सांगून झाल्यावर अनुष्का आणि मयुरेश फार खूश झाले आणि त्यांनी प्रथमेश आणि प्रियांकाला चिडवायला सुरुवात केली. कालपासून त्या दोघांनी फुटबॉलचा जो विषय लावून धरला होता, त्याला आपोआपच मानसीनं साहित्याला दिलेल्या झुकत्या भारामुळे 'किक' बसली. मात्र, मुलांच्यात भांडणं व्हायला नकोत, म्हणून मानसी मध्ये पडली आणि तिनं मुलांना 'घरचा अभ्यास' दिला. 'सुट्टीत कशाला अभ्यास,' असं म्हणणार, तेवढ्यात हा अभ्यास नव्हे, तर मजा असल्याचं मुलांना त्यांचं त्यांचं लक्षात आलं.

मानसी म्हणाली, "प्रत्येकानं उद्यापर्यंत जर्मनीतल्या एखाद्या लेखकाबद्दल, एखाद्या पुस्तकाबद्दल किंवा फुटबॉलमधल्या एखाद्या संघ-खेळाडूबद्दल एक मजेशीर माहिती शोधून आणायची." हे ऐकताच मुलांच्या चेहऱ्यावर पुन्हा उत्साह झळकला. प्रथमेश आणि प्रियांका फुटबॉलची माहिती शोधायचं ठरवत होते, तर अनुष्का आणि मयुरेश साहित्याच्या गोष्टींत रस घेऊ लागले. मोठी माणसंही हसत होती. आजच्या चर्चेनं मुलांना नकळत पुस्तकं, कला आणि खेळ यांच्यातला सुंदर समतोल शिकवला होता. बाहेर पडतानाही 'साहित्य भारी की फुटबॉल?' यावरची गंमतीशीर चर्चा मात्र सुरूच होती.

बंधनांची फुलबाग

मुलांनी काल दिलेला 'घरचा अभ्यास' आज उत्साहानं पूर्ण करून आणला होता. तो मानसीनं तपासला आणि त्यांना शाबासकी दिली. आजचा विषय मुलांना उपयोगाचा नव्हता, तो मोठ्या माणसांसाठीचा होता; पण तरीही मानसीनं मुलांना त्याविषयी थोडी कल्पना दिली आणि शांत राहून पूर्ण माहिती ऐकून घ्यायला सांगितलं.

मग ती मोठ्यांकडे वळली आणि म्हणाली, "मी इतके दिवस माहिती दिली, ती केवळ मुलांसाठी उपयोगाची नसून, तुमच्याही ज्ञानात भर पाडणारी होती. मात्र, आजचा विषय हा सध्या केवळ तुमच्या माहितीसाठी आहे; पण मुलं आता मोठी आणि कळत्या वयातली आहेत. त्यामुळे पुढे त्यांना ही माहिती उपयोगाची ठरणार असल्यानं त्यांनीही आज ऐकणं गरजेचं आहे."

मानवाच्या आयुष्यात दोन क्षण असे असतात, जे काळाच्या पलीकडे जाऊन मनात कायमचे घर करून राहतात. एक म्हणजे दोन जीवांचं एकत्र येणं आणि दुसरं म्हणजे नव्या जीवाचा पहिला श्वास. हे दोन्ही प्रसंग केवळ वैयक्तिक आनंदाचे नसून समाज, संस्कृती आणि मूल्यव्यवस्था म्हणूनही याकडे पाहिलं जातं.

जर्मन संस्कृती ही कला, विज्ञान, शिस्त आणि परंपरा यांच्या सुंदर संगमातून घडलेली आहे. या संस्कृतीत विवाह आणि नवजीवनाचा सोहळा हे दोन्ही प्रसंग फाजील दिखावा किंवा भव्यतेपेक्षा भावनिक खोली, परस्पर सन्मान, नियोजन आणि परंपरेच्या आधारावर उभे असतात.

भारतीय आणि जर्मन विवाहसंस्कृती, तसेच नवजात बाळाच्या स्वागताच्या परंपरा पाहिल्या, तर दोन्ही समाजांमध्ये भावनांची भाषा सारखीच असल्याचं जाणवतं; मात्र त्या भावना व्यक्त करण्याचं स्वरूप, सामाजिक पद्धती आणि सांस्कृतिक अभिव्यक्ती यांत लक्षणीय भिन्नता दिसून येते.

प्रेमाचा शांत, सुसंस्कृत आणि प्रतीकात्मक उत्सव

जर्मनीत विवाह हा गोंगाटाचा किंवा दिखाव्याचा उत्सव नाही. इथला विवाह म्हणजे सुसंस्कृतपणा, सभ्यता आणि विधी यांची एकत्रित सांगड आहे. इथला विवाह म्हणजे, दोन जिवांनी भविष्यातल्या प्रवासासाठी केलेली तयारी असते, असं म्हटलं तर ते वावगं ठरणार नाही. जर्मनीत विवाह होताना काही पायऱ्या आहेच. श्टांडेसआम्ट (Standesamt) ते होख्त्साइट्सफायर (Hochzeitsfeier) या त्या पायऱ्या आहेत.

- **सिव्हिल विवाह** (Standesamtliche Trauung) - जर्मनीत विवाहाची सुरुवात सिव्हिल विवाहापासून होते. यासाठी वधू-वरांनी सिव्हिल रजिस्ट्रेशन ऑफिस (Standesamt) येथे जाऊन विवाहाची अधिकृत नोंदणी करणं आवश्यक असतं. भारताप्रमाणे धार्मिक विधींनी विवाहाची सुरुवात न होता, जर्मनीत सर्वप्रथम कायद्याच्या दृष्टीने विवाहाला मान्यता दिली जाते. त्यानंतर धार्मिक किंवा सामाजिक समारंभांचे आयोजन केलं जातं. या प्रक्रियेला जर्मनमध्ये श्टांडेसआम्टलिषे ट्राऊउंग (Standesamtliche Trauung) असं म्हणतात.

  कार्यालयातील वातावरण साधारणपणे शांत, संयत आणि शिस्तबद्ध असतं फाजील दिखावा किंवा गडबडगोंधळापेक्षा, हा क्षण दोन व्यक्तींच्या आयुष्यातील एका महत्त्वाच्या निर्णयाची अधिकृत आणि भावनिक नोंद

म्हणून अनुभवला जातो.

छानशी सजावट केलेल्या एका खोलीत परिवारातले काही निवडक सदस्य असतात. तिथं एक अधिकारी दाम्पत्याला विवाहविषयक माहिती देतो. त्यांच्या काही शंका असतील, तर त्यांचं निरसन करतो. त्यानंतर जोडपं कागदावर स्वाक्षरी करतं आणि सगळे जण आनंद साजरा करतात. तसं पाहायला गेलं, तर ही अतिशय साधी प्रक्रिया वाटते; पण साधी असली, तरी अत्यंत प्रभावी अशी सुरुवात असते.

- **चर्च विवाह (Kirchliche Trauung)** – ख्रिश्चन कुटुंबात चर्च विवाह म्हणजेच 'किर्खलिषे ट्राऊउंग' हा सर्वोच्च भावनिक क्षण मानला जातो. या प्रसंगी चर्चमध्ये जोडप्याचे सर्व नातलग आणि मित्रमंडळी जमलेली असतात. आनंदानं भरलेलं हे वातावरण चर्चला असलेल्या रंगीत काचांमधून येणारी किरणं, पियानोचं मंद संगीत, पाद्रीचा शांत आवाज हे वेगळ्याच उंचीवर नेऊन ठेवतं. या वेळी बायबलतील प्रेम आणि निष्ठेवरील उतारे वाचले जातात. त्यानंतर पाद्रीच्या समोर जोडपं वचनं घेतात. बऱ्याच वेळेला हे कागदावर लिहूनही आणलेलं असतं. वचनं देऊन झाल्यानंतर जोडपी एकमेकांना अंगठ्या घालतात. हा संपूर्ण सोहळा पार पडल्यानंतर दोन्हीकडचे परिवार आणि मित्रमंडळी गाणी गाऊन आनंद साजरा करतात. ही प्रथा खरं तर भारतीय विवाहातल्या पवित्र अग्निसाक्षीला अगदी समकक्ष वाटते. या ठिकाणी परिस्थिती वेगळी असली, तरीही भावना एकसारख्याच असतात.
- **विवाहानंतरची संध्याकाळ (Hochzeitsfeier)** – सिव्हिल किंवा धार्मिक विवाहविधी पार पडल्यानंतर होख्त्साइट्सफायर (Hochzeitsfeier) म्हणजे विवाहोत्सव साजरा केला जातो. हा प्रसंग आनंदाचा असला, तरी त्यात अनावश्यक गडबड किंवा दिखाव्यापेक्षा आत्मीयता, संयम आणि आपुलकीला अधिक महत्त्व दिलं जातं.

  अनेकदा एखाद्या सुंदर स्थळी डिनर किंवा स्वागत समारंभाचं आयोजन केलं जातं. यात वातावरण हलकं-फुलकं ठेवण्यासाठी खेळ, संगीत किंवा छोट्या सांस्कृतिक कृती आयोजित केल्या जाऊ शकतात. कुटुंबीय आणि मित्रमंडळी नवदांपत्याविषयीच्या आठवणी, शुभेच्छा आणि भावना व्यक्त करतात. अनेक विवाहसोहळ्यांत विवाहाचा केक कापण्याची परंपरा असते. त्यानंतर संगीत आणि नृत्याचा कार्यक्रम रंगतो. जर्मन विवाहातील ही संध्याकाळ केवळ मनोरंजनापुरती मर्यादित नसून, दोन कुटुंबांना अधिक जवळ आणणारा

आणि नातेसंबंध दृढ करणारा सोहळा म्हणून याकडे पाहिलं जातं.

- **मोडलेल्या भांड्यांचा आनंद (Polterabend)** - जर्मनीमध्ये विवाहाच्या पूर्वसंध्येला जोडप्याचे मित्र आणि नातेवाईक पोर्सलेनची भांडी फोडतात. या प्रसंगाला 'पोल्टरआबेंट' असं म्हणतात. हे ऐकून थोडं विचित्र वाटेल. खरं तर लग्नानंतर संसारासाठी भारतामध्ये नव्याने भांडी घेतली जातात; पण जर्मनीत भांडी फोडली का जातात, हा प्रश्न पडणं साहजिक आहे. मात्र, ही भांडी फोडण्यामागे एक कारण आहे. भांडी फुटल्यानंतर जो आवाज येतो, त्यामुळे वाईट शक्ती दूर राहतात असा जर्मनीत लोकांचा समज आहे. त्याचप्रमाणे आणखी एक कारण म्हणजे नवदाम्पत्याला यातून एक धडाही दिला जातो. 'जीवनात ज्या काही गोष्टी तुटतील, त्या दोघांनी मिळून साफ करायच्या,' असा तो संदेश आहे. त्याला अनुसरून नवदाम्पत्य या भांड्यांचे तुकडे गोळा करतात. त्यामुळे 'सुख असो वा संकट, आपण दोघं मिळून त्याचे तुकडे उचलू, नवनिर्माण करू,' असा या कृतीतून मिळणारा संदेश आहे.
- **सहजीवनाचा धडा (Baumstamm Sägen)** - जर्मन विवाहसंस्कृतीतली ही एक लोकप्रिय प्रतीकात्मक परंपरा आहे. नवदाम्पत्यासमोर एक मोठा लाकडाचा बुंधा ठेवला जातो. तो या दोघांनी मिळून करवतीच्या साह्यानं कापायचा असतो. त्यातून वैवाहिक आयुष्यातल्या आव्हानांना दोघांनी मिळून सामोरं जाण्याचा संदेश दिला जातो. या परंपरेला 'बाउमश्टाम झेगन' म्हणजेच लाकडाचा ओंडका कापण्याची विवाहपरंपरा असं संबोधलं जातं.
- **नशिबाचा गुच्छ (Brautstrauß)** - लग्नाच्या वेळी वधू तिच्या हातातला फुलांचा गुच्छ मागे फेकते. तो जिला मिळतो, ती लग्नाची उमेदवार मानली जाते. ही प्रथा आनंद देणारी आहे. त्यामुळे एकमेकांत होणारी चिडवाचिडवी आणि त्या दरम्यान असणारा तरुणाईचा उत्साह वाखाणण्याजोगा असतो.या परंपरेला जर्मन भाषेत 'ब्राउटश्ट्राउस' असं म्हटलं जातं.

लग्नानंतर कुटुंबात येणारा दुसरा महत्त्वाचा प्रसंग म्हणजे बाळाचा जन्म. हा जर्मनीत नवजीवनाचा उत्सव या अर्थानं साजरा केला जातो. जर्मन संस्कृतीत बाळाचं स्वागत अत्यंत विचारपूर्वक आणि शांतपणानं केलं जातं.

जन्माचा सोहळा

आपल्या भारतात जसं दिवाळीत घराघरांत कंदील लावून आनंद साजरा केला जातो, तसंच जर्मनीतील काही भागांत घरात नव्या बाळाचा जन्म झाल्याचं प्रतीक म्हणून घराबाहेर करकोच्याचं (stork) चित्र लावण्याची परंपरा आढळते. लोकविश्वासानुसार करकोचा नवजीवन आणि बाळाच्या आगमनाचं प्रतीक मानला जातो.

जर्मनीतील प्रसूती व्यवस्था ही वैद्यकीय प्रगती आणि भावनिक संवेदनशीलता या दोन पायऱ्यांवर उभी आहे. आधुनिक आरोग्यसुविधा, प्रशिक्षित वैद्यकीय कर्मचारी आणि मातेला दिला जाणारा मानसिक व शारीरिक आधार यामुळे प्रसूतीकडे केवळ वैद्यकीय प्रक्रिया म्हणून नव्हे, तर संवेदनशील जीवनानुभव म्हणून पाहिलं जातं.

Midwife म्हणजेच हेबामे (Hebamme) ही जर्मन आरोग्यव्यवस्था आणि संस्कृतीतील अत्यंत सन्माननीय भूमिका मानली जाते. गर्भधारणेपासून ते बाळाच्या जन्मानंतरच्या काळापर्यंत ती होणाऱ्या आईला सातत्याने साथ देते. प्रसूतीपूर्व मार्गदर्शन, गर्भावस्थेतील शारीरिक व मानसिक बदलांविषयी माहिती, प्रसूतीनंतर आईच्या आरोग्याची काळजी, स्तनपानाबाबत मदत आणि भावनिक पाठबळ देणं या तिच्या महत्त्वाच्या जबाबदाऱ्या असतात.

जर्मनीत 'Hebamme' ही केवळ साहाय्यक नसून विशेष प्रशिक्षण घेतलेली आणि वैद्यकीय व्यवस्थेचा महत्त्वाचा भाग असलेली व्यावसायिक भूमिका आहे. काही अंशी तिची तुलना भारतातील पारंपरिक 'सुईण' संकल्पनेशी करता येईल; मात्र जर्मनीत या भूमिकेसाठी औपचारिक शिक्षण, प्रमाणित प्रशिक्षण आणि आरोग्यव्यवस्थेशी निगडित व्यावसायिक मान्यता आवश्यक असते.

बाळाचा जन्म होताक्षणी ते बाळ त्याच्या वडिलांच्या हातात देणं, ही सुद्धा जर्मनीतली एक सुंदर प्रथा आहे. पालकत्व दोघांचं असतं, ते केवळ आईचं एकटीचं नसतं, हा संदेश देण्याचा प्रयत्न असतो. या परंपरेच्या माध्यमातून जन्मानंतर बाळाला आईच्या किंवा वडिलांच्या छातीवर ठेवलं जातं. असं केल्यानं बाळाच्या हृदयाची लय, तापमान, श्वसन, सुरक्षिततेची भावना यामध्ये खूप सकारात्मक परिणाम होतो.

भारतासारख्या देशात नवजात बाळासाठी धार्मिक विधींनी सजलेली बारशाची परंपरा आढळते. जर्मनीत त्याच स्वरूपाची सार्वत्रिक धार्मिक प्रथा नसली, तरी काही कुटुंबांमध्ये विल्कोमेन्सफायर (Willkommensfeier)

म्हणजे बाळाच्या स्वागताचा छोटा समारंभ आयोजित केला जातो. विशेषतः धार्मिक विधींऐवजी मानवी आणि कौटुंबिक मूल्यांवर भर देणाऱ्या कुटुंबांमध्ये ही संकल्पना लोकप्रिय होताना दिसते.

या समारंभात घरात, बागेत किंवा छोट्या सभागृहात कुटुंबीय आणि जवळचे मित्र एकत्र जमतात. त्या वेळी बाळासाठी लिहिलेले शुभेच्छा संदेश वाचले जातात. याच दरम्यान पालक त्यांची स्वप्नं आणि अपेक्षा सांगतात. याचवेळी काही शुभवचनंही म्हटली जातात. काही वेळा या प्रसंगी झाड लावणं, स्मृतीपुस्तक (baby book) सुरू करणं किंवा प्रतीकात्मक भेटवस्तू देणं अशा वैयक्तिक परंपराही पाळल्या जातात. एकूणच हा सोहळा औपचारिक धार्मिक विधीपेक्षा नव्या जीवाचं प्रेमानं स्वागत करण्याचा, कुटुंबीयांना भावनिकरीत्या जोडणारा क्षण म्हणून अधिक अनुभवला जातो.

जर्मनीमध्ये अनेक कुटुंबांमध्ये गॉडपॅरेंट्स निवडण्याची परंपरा आहे. विशेषतः ख्रिश्चन कुटुंबात ते बाळाच्या आयुष्यातले एक महत्त्वाचे मार्गदर्शक आणि आयुष्याला दिशा देणारे मार्गदर्शक असतात. भारतीय समाजात काका-काकू, मामा, मावशी यासारखी नाती पालकांसारखीच भूमिका पार पाडत असतात. त्याचप्रमाणे जर्मनीत गॉडपॅरेंट्स ही भूमिका पार पाडतात.

जर्मनीतल्या समाजजीवनातले हे दोन्ही सोहळे समाज आणि कुटुंब यांच्या सहभागानेच पार पडतात. विवाह आणि बाळाचा जन्म हे केवळ वैयक्तिक आयुष्यातले क्षण नसून ते सगळ्यांनी मिळून एकत्र साजरा करण्याचे क्षण आहेत. कोणताही क्षण साजरा करताना जर्मन समाजात वेळेचं, नियमांचं आणि प्रक्रियेचं काटेकोर पालन केलं जातं. विवाह असो किंवा बाळाचा जन्म झाल्यानंतरच्या परंपरा या सगळ्यामध्ये काटेकोर नियोजन अगदी स्पष्टपणे दिसततं. तो एकप्रकारे तिथल्या शिस्तीचाच एक भाग आहे. जर्मनीतली उत्सव संस्कृती अतिशय संयमित आहे. समारंभ साजरे करताना अति तिथे माती ही म्हण लक्षात ठेवली जाते आणि त्यानुसारच नियोजन होतं. कोणताही गोंगाट, गडबड होत नाही. भावना व्यक्त करतानाही शांतपणे व्यक्त केल्या जातात; पण त्यात भाव अतिशय खोलवरचा असतो. जर्मनीत जरी 'न्यूक्लियर फॅमिली' ही पद्धत प्रचलित असली, तरी विवाह किंवा बाळाचं स्वागत ही कुटुंबाची एकत्र येण्याची संधीच समजली जाते.

समानता आणि वेगळेपण

शिस्तीप्रमाणेच समानता हाही जर्मनीत महत्त्वाचा भाग आहे. विवाहात दोघांनाही समान भूमिका घ्यावी लागते, त्याचप्रमाणे पालकत्व ही भूमिकासुद्धा दोघांनी निभावणं आवश्यक आहे. भारताशी तुलना करता हे वेगळेपण जर्मनीच्या समाजात दिसत असलं तरीही विवाह असो किंवा बाळाचं स्वागत, या दोन्ही गोष्टी सेलिब्रेट करण्याची पद्धत भारत आणि जर्मनीमध्ये साधारण सारखीच आहे. त्यामध्ये असणारा उत्साह, आबालवृद्धांसह सगळ्यांचा सहभाग, प्रेमाला दिलेलं महत्त्व या बाबी फार महत्त्वाच्या ठरतात. त्यातही बाळाच्या जन्माचा उत्सव ही खूप आनंदाची घटना मानली जाते. त्यामुळे या प्रसंगी संपूर्ण कुटुंबासह, इतर नातेवाईक आणि मित्रमंडळींचा मोठ्या संख्येने सहभाग असतो.

असे सोहळे कितीही आनंद देणारे असले, तरी दोन देश म्हल्यावर थोडा फरक पडणारच. संस्कृती भिन्न असल्याने हा फरक जाणवतो. जर्मनीमध्ये हे दोन्ही सोहळे शांततेत, संयमितपणे आणि शिस्तबद्ध पद्धतीनं साजरे होतात. त्या उलट भारतात अतिशय भव्यदिव्य, उत्साहपूर्ण आणि संमिश्र भावनांमध्ये साजरे होतात. केवळ विवाहाच्या बाबतीत बोलायचं झालं, तर जर्मनीत कायदेशीर विवाहाला प्रथम प्राधान्य आहे; पण भारतात धार्मिक विवाहाला मुख्य प्राधान्य आहे. बाळांच्या संगोपनाबद्दल तुलना करायची झाल्यास जर्मनीमध्ये समानतेचा मुद्दा अधिक तीव्र आहे. दुसरीकडे, भारतात ती पूर्ण कुटुंबीयांची जबाबदारी असते. असे असल्याने जबाबदारीची वाटणी कमी-अधिक प्रमाणात विभागली जाण्याची शक्यता असते. कुटुंबीयांची भावनिक गुंतवणूक जास्त असते. दोन्ही देशांतल्या संस्कृतीचं रूप वेगवेगळं असलं, तरी भावना आणि प्रेम सारखीच असते. त्याची तुलना होऊ शकणार नाही.

विवाह म्हणजे दोन प्रवाहांचं एकत्र येणं. जन्म म्हणजे त्या प्रवाहातून उगम पावलेली नवीन धारा. या दोन्हींच्या केंद्रस्थानी प्रेम, सहकार्य, जबाबदारी या महत्त्वाच्या बाबी असतात. त्याचप्रमाणे यावर भविष्य अवलंबून असतं. जर्मन संस्कृतीत या दोन्ही गोष्टींचं सौंदर्य त्यांच्या साधेपणात आहे. भारतात कोणताही भावनिक क्षण साजरा करताना तो विविधरंगी अलंकारानं नटलेला असतो. त्यात आवाजी नादालाचाही समावेश असतो; मात्र जर्मनीमध्ये शांत सुरांच्या लयीप्रमाणे हे सोहळे साजरे होतात. मानवी आयुष्यातल्या या दोन महत्त्वाच्या टप्प्यांसाठी जर्मन संस्कृतीची परंपरा आणि भारतीय परंपरा जरी वेगळी असली, तरी मानवी स्वभाव आणि प्रेमाचं तत्त्व सर्वत्र समान असतं, हे स्पष्ट होतं.

मानसी सांगायची थांबल्यावर सगळ्यांनी टाळ्यांचा कडकडाट केला. सगळ्यांना त्यांच्या आप्तस्वकीयांची आठवण येत होती, हे त्यांच्या डोळ्यांत दिसत होतं. लेक्चर संपल्यावर सगळ्या मोठ्या माणसांनी मानसीला गराडा घातला आणि आजचा विषय खूप आवडल्याचं सांगितलं.

सगळ्यांच्यात त्यांच्या त्यांच्या लग्नातल्या प्रसंगांची चर्चा, शिवाय मुलांच्या बारशाच्या आठवणी उलगडत जात होत्या. मिळणाऱ्या प्रेमामुळे मानसीही भारावून गेली. त्यामुळे दुसऱ्या दिवशी असणाऱ्या विषयाची माहिती मुलांना द्यायला विसरली.

शिक्षणातून राष्ट्रनिर्मिती

आजचा विषय मुलांना समजणारा असला, तरी त्यांना आवडणारा नसेल, असं मानसीला वाटत होतं. कारण आज ती जर्मनीतलं शिक्षण, शिक्षक, परीक्षा याविषयी सविस्तर सांगणार होती. त्यामुळे मुलांना उद्देशून तिनं 'आजचा विषय तुम्हाला समजणारा आहे,' असं सांगून 'नरो वा कुंजरोवा' ही भूमिका घेतली आणि सांगायला सुरुवात केली.

"पण एक गोष्ट नक्की, आज मी फक्त शाळा, अभ्यास आणि परीक्षा याबद्दल बोलणार नाही; तर जर्मनीत शिक्षणातून मुलांना आयुष्यासाठी कसं तयार केलं जातं, हेही सांगणार आहे." मानसीनं हे सांगताच मुलांच्या चेहऱ्यावरचं थोडंसं दडपण कमी झालं. मोठी माणसंही ऐकायला उत्सुक होतीच. ज्या देशानं शिस्त, कौशल्य आणि प्रगतीचा आदर्श निर्माण केला, तिथली शिक्षणपद्धती नेमकी कशी असेल, हा प्रश्न आता सगळ्यांच्याच मनात घर करू लागला होता.

शिक्षण ही कोणत्याही राष्ट्राच्या प्रगतीची खरी गुरुकिल्ली असते. समाजाची वैचारिक उंची, आर्थिक सामर्थ्य, तांत्रिक प्रगती, सामाजिक शिस्त आणि मानवी मूल्यं या सर्वांचा पाया शिक्षणात असतो. जगाच्या नकाशावर जर्मनी हा देश आज विज्ञान, तंत्रज्ञान, औद्योगिक उत्पादन, पर्यावरण, संशोधन यामध्ये अग्रगण्य स्थानावर आहे. या सर्व यशांमागे उभी आहे जर्मनीची अत्यंत शिस्तबद्ध, व्यावहारिक आणि दूरदृष्टीपूर्ण शिक्षणव्यवस्था. जर्मनीनं शिक्षणाला केवळ पुस्तकात मर्यादित न ठेवता ते जीवनाशी, उद्योगाशी आणि समाजाशी जोडलं आहे. म्हणूनच जर्मन शिक्षण ही केवळ ज्ञान देणारी प्रक्रिया नसून, आदर्श नागरिक घडवणारी व्यवस्था आहे.

शिक्षणव्यवस्थेचा पाया

प्रत्येक देशाला एक शैक्षणिक वारसा असतो, त्यानुसार त्या-त्या देशातली शिक्षणप्रणाली ठरवली जाते. जर्मनीतल्या शिक्षणप्रणालीची पायाभरणी अठराव्या शतकातल्या शैक्षणिक सुधारणांपासून झाली. त्या काळात शिक्षण सक्तीचं करण्यात आलं.

मुलांच्या शिक्षणाबरोबरच शिक्षकांच्या प्रशिक्षणाकडेदेखील जर्मनीच्या शैक्षणिक धोरणांमध्ये फार गांभीर्यानं पाहिलेलं आहे. शिक्षकांना जर्मनीच्या त्या काळी पगडा असलेल्या धर्मसंस्थेतून बाहेर काढून संपूर्णतः शिक्षणाच्या प्रवाहात आणणं हा त्यामागचा हेतू होता. तो काही प्रमाणात सफलही झाला. जर्मनीच्या प्राथमिक शिक्षणाची घडी बसल्यानंतर तत्कालीन शैक्षणिक धोरणकर्त्यांनी आपला मोर्चा उच्च शिक्षणाकडे वळवला.

जर्मनीमध्ये १९व्या शतकात 'आधुनिक विद्यापीठ' ही संकल्पना उदयाला आली. शिक्षणात संशोधन, स्वातंत्र्य आणि तर्कशुद्ध विचार यांचा समावेश झाला. विद्यार्थी ज्ञानार्जनाबरोबरच नवनिर्मितीदेखील करू लागले. जर्मनीच्या मूलभूत शैक्षणिक संकल्पनांचं बीज इतकं खोलवर आणि पक्कं रुजलं होतं, की दुसऱ्या महायुद्धानंतर संपूर्णपणे वाताहत झालेल्या जर्मनीनं शिक्षणाच्या जोरावर पुन्हा भरारी घेतली. लोकशाही, शांतता, विज्ञान, व्यावसायिक प्रशिक्षण आणि उद्योग यांची सांगड घालून आधुनिक जर्मन शिक्षणव्यवस्था उभी राहिली. याचं सारं श्रेय जर्मनीच्या मातीत रुजलेल्या पक्क्या शैक्षणिक धोरणांना द्यायला हवं. जर्मन शिक्षणव्यवस्थेचे शालेय स्तरावरील टप्पे पुढीलप्रमाणे -

- **बालपूर्व शिक्षण** – 'ताणरहित शिक्षण' हे जर्मनीच्या शिक्षणव्यवस्थेचं ब्रीद आहे. खेळ, गाणी, उपक्रम यांच्या आधारे ३ ते ६ वर्षं वयोगटातली मुलं

किंडरगार्टन (Kindergarten KG) इथं एकत्रित येऊन मनमुराद आनंद लुटतात. किंडरगार्टनमध्ये 'शिक्षण' ही संकल्पना फार सौम्यपणे हाताळली आहे. या टप्प्यावर मुलं मोफत ते अगदी माफक शुल्कामध्ये शिकू शकतात. यामध्ये सरकारी, निमसरकारी, चर्चमध्ये चालवलं जाणारं अशी अनेक प्रकारची किंडरगार्टन्स, म्हणजे बालवाड्या जर्मनीत चालवल्या जातात.

- **प्राथमिक शिक्षण** – पहिली ते चौथी हा प्राथमिक शिक्षणाचा टप्पा समजला जातो. जर्मन भाषेत या टप्प्याला ग्रुंडशुलं (Grundschule) असं म्हटलं जातं. या शैक्षणिक टप्प्यावर जर्मनीत वाचन, लेखन, गणित, सामान्यज्ञान, कला, संगीत आणि नैतिक शिक्षण यावर भर असतो. चौथ्या इयत्तेनंतर विद्यार्थ्यांची क्षमता ओळखून त्यांना पुढच्या शिक्षणासंबंधी मार्गदर्शन केलं जातं. या स्तरावर मुलांच्या प्राथमिक शिक्षणाचा पाया घातला जातो. विज्ञान, गणित, सामाजिक शास्त्रं यांसारख्या विषयांबरोबरच कला, क्रीडा, संगीत या सर्वांगीण विकासाच्या दृष्टीनं महत्त्वाच्या विषयांचीही योग्य ती पायाभरणी केली जाते. केवळ अक्षरओळख आणि प्राथमिक आकडेमोड हा या शिक्षणाचा उद्देश अजिबातच नाही; मुलांना सर्वांगीण विकासाच्या दृष्टीने प्रोत्साहित करत, त्यांच्या कलानं घेत शिक्षण देणं हे प्राथमिक स्तरावरच्या शिक्षणाचं ध्येय आहे.

चौथीपर्यंत शिक्षण झालेली जर्मनीतली मुलं पुढची शैक्षणिक पायरी चढताना मात्र अतिशय चोखंदळ असतात. कारण जर्मनीमधल्या माध्यमिक शिक्षणाची रचना आपल्या भारतातल्या रचनेहून अगदी भिन्न आहे. जर्मनीमध्ये माध्यमिक शिक्षणाचे तीन पर्याय दिलेले आहेत. विद्यार्थ्याला आपल्या आवडीनुसार निवड करण्याची मुभा असते.

- **व्यावहारिक व तांत्रिक शिक्षण** – प्राथमिक शिक्षण संपवून माध्यमिक शिक्षणाची सुरुवात करताना दिला जाणारा हाउप्टशुलं (Hauptschule) हा पहिला आणि महत्त्वाचा पर्याय आहे. यामध्ये विद्यार्थ्यांना क्रमिक पाठ्यपुस्तकाबरोबरच व्यावहारिक आणि तांत्रिक शिक्षण देण्यावर भर असतो. विविध प्रकारची कौशल्यं आत्मसात करून विद्यार्थ्यांनी आपल्या पायावर उभं राहावं, हाच यामागचा हेतू आहे.
- **सैद्धान्तिक व व्यवहार्य शिक्षणाचा समतोल** – शिक्षण हे केवळ पुस्तकांपुरतं मर्यादित न राहता प्रत्यक्ष आयुष्यात उपयोगी पडलं पाहिजे, या

तत्त्वावर जर्मनीची शिक्षणव्यवस्था मोठ्या प्रमाणात उभी आहे. शैक्षणिक (academic) आणि व्यावहारिक (practical) शिक्षणाचा समतोल साधत विद्यार्थ्यांना स्वावलंबी बनवणं, हे जर्मन शैक्षणिक धोरणाचं एक महत्त्वाचं वैशिष्ट्य मानलं जातं. विद्यार्थी जे शिकतात, त्याचा त्यांच्या भावी व्यवसाय, कौशल्यविकास आणि दैनंदिन आयुष्यात थेट उपयोग व्हावा, यावर विशेष भर दिला जातो.

या दृष्टीनं रेआलशुले (Realschule) ही जर्मनीतील एक महत्त्वाची शालेय शाखा मानली जाते. येथे विद्यार्थ्यांना सैद्धान्तिक शिक्षणासोबत व्यवहारज्ञान, तांत्रिक समज आणि व्यावसायिक तयारी यांवरही भर दिला जातो. पुढे तांत्रिक शिक्षण, व्यावसायिक प्रशिक्षण किंवा विशिष्ट करिअरकडे वाटचाल करण्यासाठी ही शिक्षणपद्धती उपयुक्त ठरते.

- **उच्च शिक्षणासाठी तयारी** – स्वत:चा कल ओळखून आपल्या आवडत्या शाखेतलं शिक्षण घेऊन अतिशय आनंददायी असा माध्यमिक स्तर पार केल्यानंतर जर्मनीतले विद्यार्थी उच्च शिक्षणाची तयारी करू शकतात. गीम्नाझियुम (Gymnasium) असं या टप्प्याला म्हटलं जातं. या स्तरावर बौद्धिक विकासाला चालना देणारं शिक्षण दिलं जातं. तसंच क्रमिक पाठ्यपुस्तकांशिवाय एकाहून अधिक परकीय भाषा शिकण्याचीही संधी विद्यार्थ्यांना मिळते. आबिट्युर (Abitur) ही अंतिम परीक्षा उत्तीर्ण होणं, हे या टप्प्यावरच्या अभ्यासाचं मूळ उद्दिष्ट आहे. हा स्तर पार केल्यानंतर उच्च शिक्षणासाठी मोठ्या विद्यापीठांमध्ये विद्यार्थी प्रवेश घेऊ शकतात.

दुहेरी शिक्षण पद्धती

जर्मनीच्या शिक्षणव्यवस्थेची आणखी एक खासियत ही दुहेरी शिक्षण पद्धतीमध्ये (Dual Education system) आहे. या पद्धतीत विद्यार्थी अर्धा वेळ शाळेत शिकतो आणि अर्धा वेळ त्याचं ज्ञान कामाच्या ठिकाणी कसं वापरायचं ते शिकण्यासाठी प्रत्यक्ष काम करतो. त्याचं विद्यार्थ्याला मानधनही मिळतं. हे प्रशिक्षण पूर्ण होताच साधारण ९० ते ९५% विद्यार्थ्यांना लगेचच नोकरी मिळते. त्यामुळं जर्मनीत बेरोजगारीचा दर अतिशय कमी आहे. अभियांत्रिकी, ऑटोमोबाइल, आयटी, आरोग्यसेवा, बँकिंग, हॉटेल व्यवसाय, मीडिया, डिझाइन, इलेक्ट्रॉनिक्स अशा ३००पेक्षा अधिक क्षेत्रांतील विद्यार्थी या शिक्षणपद्धतीचा लाभ घेतात.

उच्च शिक्षण व्यवस्था

जर्मनीच्या उच्च शिक्षणव्यवस्थेत विद्यापीठीय शिक्षण केवळ पाठ्यपुस्तकावर आधारित नाही. विद्यापीठात प्रवेश घेणाऱ्या विद्यार्थ्यांनी सातत्यानं प्रयोगशील राहावं, वेगवेगळ्या विषयांत संशोधन करावं आणि त्यातून नवनिर्मितीचा आनंद घ्यावा, या हेतूनं विद्यार्थ्यांना प्रोत्साहित केलं जातं. विज्ञान, तत्त्वज्ञान, साहित्य, समाजशास्त्र, कायदा, वैद्यकीय शिक्षण आणि अभियांत्रिकी या क्षेत्रांत संशोधनप्रधान शिक्षण घेत विद्यार्थी समृद्ध होतात. संशोधनकेंद्रित विद्यापीठात अशा प्रकारचं शिक्षण घेण्याची विद्यार्थ्याला मुभा मिळते.

जर्मनीमधली फाखहोखशुलं (Fachhochschule) ही उच्च शिक्षणाची एक व्यावहारिक आणि उद्योगाभिमुख शाखा आहे. विषयावर आधारित विद्यापीठ असं या शाखेचं स्वरूप असतं. या शाखेच्या माध्यमातून थेट करिअरसाठी तयार करण्यावर भर दिला जातो. या शाखेला 'युनिव्हर्सिटी ऑफ अप्लाइड सायन्सेस' असंही म्हणतात. या संस्थांमध्ये अभियांत्रिकी, माहिती तंत्रज्ञान, व्यवसाय व्यवस्थापन, डिझाइन, सामाजिक कार्य यांसारख्या क्षेत्रांमध्ये शिक्षण दिलं जातं. शिक्षण केवळ सैद्धान्तिक न राहता प्रत्यक्ष अनुभवावर आधारित असल्यानं ते अधिक पक्कं होतं. प्रोजेक्ट्स, इंटर्नशिप आणि औद्योगिक प्रशिक्षण यामुळे विद्यार्थ्यांना प्रत्यक्ष कामकाजाचा अनुभव मिळतो.

फाखहोखशुलंमध्ये पटसंख्या कमी असल्यामुळे शिक्षक आणि विद्यार्थ्यांमध्ये अधिक संवाद होतो. त्यामुळं विद्यार्थ्यांना वैयक्तिक मार्गदर्शन मिळतं आणि त्यांच्यातल्या क्षमता अधिक चांगल्या प्रकारे विकसित होतात. या संस्थांमधले अभ्यासक्रम प्रामुख्यानं पदवी आणि पदव्युत्तर पदवीपर्यंत असतात. संशोधनापेक्षा उद्योगात लागणाऱ्या कौशल्यांवर अधिक भर दिला जातो. त्यामुळे विद्यार्थी व्यावसायिक जगासाठी सिद्ध होतात. फाखहोखशुलंमध्ये प्रवेशासाठी विशिष्ट शैक्षणिक पात्रता आवश्यक असते. एकंदरीत फाखहोखशुलं ही जर्मनीतली अशी शिक्षणव्यवस्था आहे, जी विद्यार्थ्यांना सैद्धान्तिक ज्ञानाबरोबरच व्यावहारिक कौशल्यं देऊन त्यांना उद्योगक्षेत्रात यशस्वी होण्यासाठी सक्षम करते.

जर्मनीतल्या बहुतांश सार्वजनिक विद्यापीठांमध्ये शिक्षण मोफत किंवा अत्यंत कमी शुल्कात दिलं जातं. अकाडमीशेस फियरटेल (Akademisches Viertel) हा जर्मनीतल्या विद्यापीठांचा एक महत्त्वाचा; पण नवख्या माणसाला थोडा गोंधळात टाकणारा नियम आहे. जर्मनीच्या शैक्षणिक संस्थांमध्ये

तासिका प्रत्यक्ष वेळेपेक्षा १५ मिनिटे उशिरा सुरू होण्याची प्रथा आहे. त्यालाच Akademisches Viertel (AV) किंवा c.t. म्हणतात.

सध्याच्या नियमानुसार विद्यार्थ्यांच्या सगळ्या तासिका एकाच वर्गात होत असल्या, तरी पूर्वी सर्व विषयांसाठी वेगवेगळे वर्ग असायचे. विद्यार्थ्यांना आणि शिक्षकांना एका वर्गातून दुसऱ्या वर्गात जाण्यासाठी लागणारा वेळ गृहीत धरून तासिका १५ मिनिटं उशिरा सुरू केली जायची. कालांतरानं तशी प्रथाच पडली.

आता विद्यार्थ्यांच्या तासिकांच्या वेळापत्रकावर -

c.t. – cum tempore → वेळेपेक्षा वर्ग १५ मिनिटे नंतर सुरू होणार.

s.t. – sine tempore → वर्ग दिलेल्या वेळेलाच सुरू होणार.

या दोन्हीपैकी काहीतरी एक लिहिलेलं असतं. त्यावरून विद्यार्थी वर्गात शिरण्याची वेळ ठरवतात.

अध्यापन पद्धती

घोकंपट्टीऐवजी तर्कशक्ती, परीक्षेऐवजी प्रकल्प, पाठांतराऐवजी अनुभव आणि मुलांना शिस्त लावण्यापेक्षा मुलांच्या ज्ञानार्जनाची जबाबदारी स्वतः घेण्यावर जर्मनीतल्या शिक्षकांचा अधिक भर असतो. जर्मनीतले शिक्षक खऱ्या अर्थानं मार्गदर्शक आहेत. ते मुलांना अधिकारानं शिकवण्यापेक्षा मुलांबरोबर स्वतःच्या अनुभवांची कक्षा रुंदावण्यावर भर देतात. सहज शिक्षणाचा पुरस्कार करणारी शिक्षण व्यवस्था जर्मनीला इतर देशांपेक्षा वेगळं ठरवते.

डिजिटल शिक्षण

आजच्या घडीला इतर प्रगत देशांप्रमाणेच जर्मनीतही स्मार्ट क्लासरूम, ऑनलाइन शिक्षण, व्हर्च्युअल प्रयोगशाळा, एआय, रोबोटिक्स डेटा सायन्स, डिजिटल परीक्षा प्रणाली यांचा मोठ्या प्रमाणावर वापर होतो. कोरोनानंतरच्या काळात तिथला डिजिटल शिक्षणाचा वेग अधिक वाढला आहे.

समावेशकता आणि सामाजिक समानता

डॉ. बाबासाहेब आंबेडकर यांनी भारतात शिक्षणाचा समान अधिकार राज्यघटनेतून मांडला, तसा अधिकार जर्मनीच्या शिक्षण व्यवस्थेनंही दिला आहे. जर्मनीची शिक्षणव्यवस्था सर्वांसाठी खुली आहे. स्थलांतरित, दिव्यांग आणि आर्थिकदृष्ट्या दुर्बल घटक असलेले विद्यार्थी शिष्यवृत्ती घेऊन शिकू शकतात. दिव्यांग

विद्यार्थ्यांसाठी विशेष शिक्षकांची नेमणूक केली जाते. स्थलांतरित विद्यार्थ्यांचं मानसिक बळ वाढवण्याच्या दृष्टीनं त्यांना मानसोपचारतज्ज्ञाची मदत मिळवून दिली जाते. आर्थिकदृष्ट्या दुर्बल घटकांना सामाजिक संस्थांद्वारे आर्थिक साह्य मिळवून देण्यासाठीदेखील जर्मनीतल्या शिक्षणसंस्था प्रयत्नशील असतात.

भविष्यातील दिशा

मुलांच्या मानसिकतेचा विचार केंद्रस्थानी ठेवून आनंदी शिक्षणावर भर देणाऱ्या जर्मनीसारख्या देशात भावी पिढीचं भवितव्य उज्ज्वल नसेल तरच नवल! मुलांच्या शिक्षणाला नव्या तंत्रज्ञानाशी जोडत आणि वैज्ञानिक दृष्टिकोन विकसित करण्याच्या हेतूनं जर्मनीमध्ये शिक्षणात अनेक प्रयोग केले जातात.

- **कृत्रिम बुद्धिमत्ता (एआय) आधारित शिक्षण** – कृत्रिम बुद्धिमत्ता वापरून अधिक परिणामकारक अध्यापनावर जर्मनीमध्ये भर दिला जात आहे. प्रत्येक विद्यार्थ्याची शिकण्याची गती लक्षात घेऊन विद्यार्थ्यांच्या शिक्षणात कमी-अधिक प्रमाणात बदल केले जातात. ऑनलाइन शिक्षण, व्हर्च्युअल वर्ग आणि डिजिटल लॅब्ज तयार करण्यासाठी कृत्रिम बुद्धिमत्तेचा वापर केला जातो.
- **हरित तंत्रज्ञान** – हरित तंत्रज्ञान क्षेत्रात जर्मनी हा अतिशय अग्रगण्य देश मानला जातो. पर्यावरणाला महत्त्व देत जर्मनीनं हरित तंत्रज्ञानामध्ये मोठी प्रगती केली आहे. ऊर्जा परिवर्तन ही महत्त्वाची बाब जर्मनीनं फार गांभीर्यानं विकसित केली आहे. नवीकरणीय ऊर्जा, सौरऊर्जा प्रकल्प, ऊर्जा बचत करणारी घरं या संकल्पना जर्मनीनं अतिशय खोलवर रुजवल्या आहेत. कचरा वाहतुकीसारख्या महत्त्वाच्या बाबीमध्येदेखील जर्मनीनं पर्यावरणाचा विचार करून हरित तंत्रज्ञानाचा उपयोग केला आहे. कचऱ्याचं योग्य पद्धतीनं विघटन करण्यावर तिथल्या लोकांचा विशेष भर असल्यानं पर्यावरणावर कोणताही विपरित परिणाम होत नाही.
- **नवीकरणीय ऊर्जा** – जर्मनीतले लोक ऊर्जानिर्मिती आणि ऊर्जेच्या वापराबाबत अत्यंत सजग आहेत. सौरऊर्जा, वायू ऊर्जा, जल ऊर्जा आणि बायोमास ऊर्जा या ऊर्जांचा उचित पद्धतीनं वापर करत जर्मनीमध्ये पर्यावरणाचा योग्य समतोल साधला जातो. जर्मनीच्या एकूण उत्पादनातल्या ४०% पेक्षा अधिक भाग नवीकरणीय ऊर्जेतून निर्माण होतो ही अत्यंत चांगली बाब आहे.
- **आंतरराष्ट्रीय विद्यार्थी विनिमय** – जर्मन शिक्षणव्यवस्थेमध्ये मुक्त शिक्षणाला अधिक महत्त्व आहे. मुक्त शिक्षण याचा अर्थ केवळ पुस्तकी शिक्षण नव्हे,

तर प्रांतांच्या सीमा ओलांडून एकमेकांना केवळ माणूस म्हणून जाणून घेण्याची निखळ प्रक्रिया. त्यानुसार जर्मनीतल्या अनेक शाळा, महाविद्यालयं, विद्यापीठं जर्मन विद्यार्थ्यांना शिक्षणासाठी बाहेरच्या देशांमध्ये जाण्यास प्रोत्साहन देतात. त्याचप्रमाणे इतर देशांतले विद्यार्थीदेखील ठरावीक काळासाठी जर्मनीमध्ये येतात. दोन देशांतली माणसं एकमेकांच्या सहवासात राहिल्यानं भौगोलिक, सांस्कृतिक, वैचारिक देवाणघेवाण होते. त्यातून जगण्याची नवी दृष्टी मिळते आणि आपण माणूस म्हणून समृद्ध होतो.

- **IT आणि Robotics** – जर्मनीतली शिक्षणव्यवस्था शिस्त, ज्ञान, कौशल्य, संशोधन आणि सामाजिक जबाबदारी यांचं उत्कृष्ट मिश्रण आहे. उद्योग, समाज आणि राष्ट्र घडवण्यातही या व्यवस्थेचं मोठं योगदान आहे. त्यासाठीच नव्या तंत्रज्ञानाशी जुळवून घेत विद्यार्थ्यांना अधिक प्रगत शिक्षण देण्याकडे जर्मनीचा कल राहिला आहे.

जर्मनीतली शिक्षक व्यवस्था

जर्मनीतल्या शिक्षण व्यवस्थेचा कणा म्हणजे शिक्षक. जर्मन देशात शिक्षक हा केवळ पगारावर काम करणारा कर्मचारी नसून, तो बौद्धिक शिल्पकार (Intellectual Architect) मानला जातो. त्यामुळे शिक्षक घडवण्याची प्रक्रिया अत्यंत कठोर, दीर्घकालीन आणि अतिशय अवघड असते. जर्मनीत शिक्षक व्हायचं असेल, तर पुढील टप्पे पार करावे लागतात.

- शिक्षण क्षेत्रातली पदवी (Bachelor Degree in Education) किंवा विशिष्ट विषयात पारंगत (Subject Specialization)
- शिक्षण क्षेत्रातली पदव्युत्तर पदवी (Master in Teaching / Education)
- Referendariat (प्रशिक्षणकाल – १८ ते २४ महिने)
- State Examination (सरकारी परीक्षा)

प्रशिक्षण वर्ग या टप्प्यात उमेदवार प्रत्यक्ष शाळेत शिकवतो, वरिष्ठ शिक्षक मार्गदर्शन करतात, वर्गनियंत्रण, विद्यार्थ्यांचं मानसशास्त्र, अध्यापन तंत्र, मूल्यांकन पद्धती यांचं सखोल प्रशिक्षण दिलं जातं. यामुळे जर्मनीतले शिक्षक केवळ विषयतज्ज्ञ नसतात, ते विद्यार्थ्यांचे मानसशास्त्रज्ञ, मार्गदर्शक आणि प्रेरणास्थान होतात. शिक्षक निवडीचे एवढे टप्पे ऐकून मानसीच्या समोर असलेल्या मुलांचे पालक आश्चर्यचकित झाले. निवडीच्या एवढ्या कठीण पायऱ्या पार करून

गेलेल्या शिक्षकांच्या हाती सोपवलेल्या मुलांचं भवितव्य निश्चितच उज्ज्वल असणार यात दुमत असण्याचं कारणच नव्हतं.

ताणमुक्त मूल्यांकन

विद्यार्थी आणि शिक्षक एकमेकांना पूरक असले, की परीक्षेचा ताण निर्माण होण्याचं कारणच नाही. जर्मनीतली परीक्षा पद्धत जगातल्या इतर अनेक देशांच्या तुलनेत अत्यंत ताणमुक्त आणि वास्तववादी आहे. विद्यार्थ्यांच्या बौद्धिक मूल्यमापनाला केवळ परीक्षा कारणीभूत न ठेवता त्यांच्या संपूर्ण वर्षभरातल्या कामगिरीवर त्यांचं मूल्यमापन करणं ही जर्मनीतल्या परीक्षा पद्धतीमधली सगळ्यात चांगली गोष्ट आहे. सतत मूल्यमापन, तोंडी परीक्षा, प्रकल्प सादरीकरण, संशोधन अहवाल, ओपन बुक टेक्स्ट ही जर्मनीच्या परीक्षा पद्धतीची वैशिष्ट्य आहेत.

जर्मनीत विद्यार्थ्यांची पाठांतर क्षमता नव्हे, तर विचारशक्ती, विश्लेषण, सर्जनशीलता आणि समस्या सोडवण्याची क्षमता तपासली जाते. Gymnasium मधली Abitur परीक्षा ही आपल्याकडील बोर्डाच्या परीक्षेप्रमाणे असते. म्हणूनच जर्मनीमध्ये ती सर्वांत महत्त्वाची मानली जाते. ती विद्यार्थ्यांच्या शैक्षणिक भविष्याचा मार्ग ठरवत असली, तरीही मुलांवर तिचा ताण येणार नाही, याची पूर्ण काळजी घेतली जाते.

विद्यापीठ आणि उद्योग यांच्यातलं सहकार्य

जर्मन विद्यापीठं जगातल्या सर्वोत्तम संशोधन केंद्रांपैकी मानली जातात. या विद्यापीठांमध्ये प्रत्यक्ष संशोधनांना प्रोत्साहन दिलं जातं. त्यासाठी मुलांना लागणारी सगळी मदत त्या विद्यापीठातील शिक्षक आणि संबंधित विभागप्रमुखांकडून केली जाते. भौतिकशास्त्र, रसायनशास्त्र, वैद्यकीय संशोधन, कृत्रिम बुद्धिमत्ता (एआय), रोबोटिक्स, पर्यावरण तंत्रज्ञान, रिन्यूएबल एनर्जी, ऑटोमोबाइल टेक्नॉलॉजी अशा विविध क्षेत्रांमध्ये हे संशोधन सुरू असते. जर्मनीमध्ये विद्यापीठं आणि उद्योग यांच्यात चांगलं सहकार्य असल्याने विद्यार्थ्यांचा संशोधन प्रकल्प थेट उद्योगांना उपयोगी ठरतो. त्यामुळंच जर्मनीमध्ये शिक्षण संपल्यावर तत्काळ नोकरी मिळते, ही बाब खरोखर दिलासादायक आहे. इतर अनेक देशांत शिक्षण पूर्ण झाल्यावर नोकरी शोधावी लागते; पण जर्मनीत विद्यार्थी शिकत असतानाच उद्योगजगतात प्रवेश करतो.

जर्मनीची शिक्षणव्यवस्था इतकी स्वयंपूर्ण आहे, की त्यातून पार पडताना

विद्यार्थ्यांना रोजगाराची शंभर टक्के खात्री असते. जर्मनीमध्ये उद्योगशीलतेला मिळालेलं प्राधान्य तिथल्या रोजगाराचा प्रश्न आपोआप सोडवतं. यामुळे जर्मन तरुणांमध्ये आत्मविश्वास, आत्मनिर्भरता आणि सामाजिक जबाबदारी लवकर विकसित होते.

जर्मनीतले परदेशी विद्यार्थी आणि आंतरराष्ट्रीय शिक्षण

जर्मनी हा जगातल्या सर्वांत मोठ्या इंटरनॅशनल स्टुडंट डेस्टिनेशन पैकी एक देश मानला जातो. आशिया, आफ्रिका, युरोप, दक्षिण अमेरिका इथून लाखो विद्यार्थी दर वर्षी जर्मनीत शिक्षणासाठी येतात. परदेशी विद्यार्थ्यांचं जर्मनी हे शिकण्यासाठीचं आवडतं ठिकाण आहे. मोफत किंवा कमी शुल्कात शिक्षण, जागतिक मान्यतेची पदवी, अर्ध वेळ कामाची संधी, शिक्षणोत्तर कामासाठी व्हिसा, नोकरी शोधण्यासाठी व्हिसा, कायमस्वरूपी वास्तव्याची संधी या कारणांमुळे परदेशी विद्यार्थी जर्मनीला अधिक प्राधान्य देतात.

शिक्षणव्यवस्था आणि सामाजिक परिवर्तन

जर्मनीतली शिक्षण व्यवस्था केवळ विद्यार्थ्यांचं भविष्य घडवत नाही, तर संपूर्ण समाजाचा दृष्टिकोन बदलते. शिक्षणामुळे स्त्री-पुरुष समानता, जात-धर्म-भाषेच्या पलीकडे समान संधी, वैज्ञानिक दृष्टिकोन, कायद्याचं पालन, पर्यावरणपूरक जीवनशैली हे सामाजिक बदल झालेले आहेत. जर्मनीत लहानपणापासूनच विद्यार्थ्यांना स्वच्छता, पर्यावरण रक्षण, सामाजिक नियम, वाहतुकीची शिस्त, नागरी कर्तव्य या सगळ्या बाबी अत्यंत गांभीर्याने शिकवल्या जातात. त्यामुळे चांगला विद्यार्थी घडण्याबरोबरच चांगला नागरिकही घडतो.

ग्रामीण आणि शहरी शिक्षणातला समतोल

जगातल्या अनेक देशांत ग्रामीण आणि शहरी शिक्षणात मोठी दरी असते; पण जर्मनीत सरकार प्रयत्नपूर्वक ही दरी कमी ठेवतं. ग्रामीण भागातही स्मार्ट शाळा, ऑनलाइन शिक्षण सुविधा, शिक्षकांसाठी अतिरिक्त भत्ते, डिजिटल क्लासरूम यामुळे शिक्षणाची गुणवत्ता सर्वत्र जवळपास समान राहते.

जर्मन शिक्षणातला मानसशास्त्रीय दृष्टिकोन

कुठल्याही प्रक्रियेमध्ये समाविष्ट असलेल्या व्यक्तींच्या शारीरिक आरोग्याबरोबरच

मानसिक आरोग्याकडेही विशेष लक्ष देणं गरजेचं असतं. जर्मनीतल्या विद्यार्थ्यांच्या बाबतीत हा निकष तंतोतंत पाळला जातो. त्यांच्या मानसिक आरोग्याची विशेष काळजी घेण्यासाठी विशेष मानसोपचारतज्ज्ञांची मदत घेतली जाते. शिक्षणाची प्रक्रिया अधिक सुलभ आणि मजेशीर असावी या हेतूनं जर्मनीमध्ये विद्यार्थ्यांना कुठल्याही टप्प्यावर काहीही संभ्रम असल्यास, निर्णय घेण्यात अडचण येत असल्यास त्यांना मानसोपचारतज्ज्ञांकडून त्वरित मदत दिली जाते.

जर्मनीतल्या विविध शाळा, महाविद्यालयं अथवा शिक्षण संस्थांमध्ये वेळोवेळी घेतल्या जाणाऱ्या तणाव व्यवस्थापन कार्यशाळा, करिअर मार्गदर्शनाची विविध सत्रं, विद्यार्थ्यांना होणारा कुठलाही शारीरिक अथवा मानसिक त्रास तत्काळ समजावा आणि त्यावर कारवाई करता यावी, यासाठी निश्चित केलेली काही विद्यार्थीकेंद्रित धोरणं यामुळे तिथल्या विद्यार्थ्यांना नकारात्मक विचारांचा स्पर्श अभावानंच होतो. साहजिकच, शालेय स्तरावर होणाऱ्या आत्महत्या, ताणतणावातून येणारं नैराश्य किंवा शारीरिक, बौद्धिक, मानसिक हिंसाचाराचं प्रमाण अगदी नगण्य आहे.

एआयचा शिक्षणावरील परिणाम

एकविसाव्या शतकातली सर्वांत मोठी क्रांती, म्हणजे डिजिटल तंत्रज्ञान आणि कृत्रिम बुद्धिमत्ता (Artificial Intelligence). जर्मन शिक्षणव्यवस्थेत या क्रांतीची पाळंमुळं अगदी खोलवर रुजलेली आहेत.

आजच्या घडीला जर्मनीमध्ये डिजिटल फळा, ऑनलाइन शिक्षणाची विविध व्यासपीठं, क्लाउड आधारित असाइनमेंट, व्हर्च्युअल क्लासरूम, डिजिटल परीक्षा प्रणाली, एआय आधारित वैयक्तिक अभ्यास योजना या शिक्षणाशी निगडित विविध व्यासपीठांचा यथायोग्य वापर केला जात असल्याने डिजिटल क्रांती आणि एआय आधारित शिक्षण याबाबतीत जर्मनी अग्रेसर आहे. विद्यार्थ्यांची गती, समज, कमकुवत विषय, प्रगती यांचं संपूर्ण विश्लेषण 'एआय' करत असल्यानं प्रत्येक विद्यार्थ्यासाठी वेगळी शिक्षण योजना तयार केली जात आहे. त्यातून प्रत्येक विद्यार्थ्याकडे आपोआपच स्वतंत्र लक्ष दिलं जातं. हेच जर्मनीतल्या विद्यार्थ्यांच्या शिक्षणाचं बलस्थान आहे.

जर्मनी हा 'Industrie 4.0' चा जनक देश आहे. त्यामुळं फ्युचर स्किल्स शिकण्यावर विशेष भर दिला जातो. आज अभ्यासक्रमात समाविष्ट असलेल्या डेटा सायन्स, रोबोटिक्स, मशिन लर्निंग, सायबर सुरक्षा, क्वांटम कम्प्युटिंग, ब्लॉकचेन

टेक्नॉलॉजी या विषयांवर विशेष भर असल्याने विद्यार्थी नवीन तंत्रज्ञानाचे केवळ वापरकर्ते न राहता निर्माणकर्ते होण्याची शक्यताही प्रचंड वाढते.

हरित शाळा

जर्मनीत पर्यावरणाविषयी विशेष जागृती आहे. पर्यावरणाची काळजी घेण्याचे मूलभूत संस्कार इथल्या शाळांमधूनच होत असतात. शालेय स्तरावर असतानाच हवामानातल्या बदलांचा पर्यावरणावर होणारा परिणाम, नवीकरणीय ऊर्जा, कचरा व्यवस्थापन, जल संवर्धन, शाश्वत विकास, हरित तंत्रज्ञान यांसारख्या संकल्पना शाळांनी अगदी प्राथमिक वर्गांपासून स्पष्ट केल्यामुळे चांगल्या नागरिकत्वाची बीजं आपोआपच रोवली जातात.

जर्मनीमध्ये असलेल्या हरित शाळांमध्ये सौरऊर्जेचा वापर, पाण्याचा पुनर्वापर, शून्य कचरा धोरण, सायकल संस्कृती या काही विशेष धोरणांचा वापर इतक्या बेमालूमपणे केला जातो, की तो तिथल्या विद्यार्थ्यांच्या जीवनाचा एक भागच झाला आहे.

शिक्षणाचा नवा मार्ग

शिक्षण ही निरंतर प्रक्रिया आहे. त्यामुळे त्यामध्ये कालानुरूप काही बदल करावे लागतात, हे जर्मनीनं जाणलं आहे. जर्मनीतल्या विद्यार्थ्यांचं उज्ज्वल भविष्य घडवण्याचा वसा घेतलेल्या जर्मन शिक्षण व्यवस्थेनं नजीकच्या काळात सगळ्या शाळा डिजिटल करणं, सगळीकडे 'एआय'वर आधारित अभ्यासक्रम असेल याची तजवीज करणं, कौशल्याधिष्ठीत शिक्षणावर भर देणं, पर्यावरणाचा समतोल राखण्याचं बाळकडू मुलांना मिळेल याची खात्री करणं, आंतरराष्ट्रीय शिक्षणाला प्रोत्साहन देणं यावर विशेष लक्ष केंद्रित करण्याचं निश्चित केलं आहे. त्यासाठी लागणारी आर्थिक गुंतवणूकदेखील मोठ्या प्रमाणात सुरू आहे.

शिक्षणावरील जागतिक प्रभाव

जर्मनीतल्या शिक्षणाचं मॉडेल इतर देशांसाठी मार्गदर्शक आहे. अनेक युरोपीय, आशियाई आणि आफ्रिकी देशांनी ड्यूएल सिस्टीम, टीचर ट्रेनिंग, डिजिटल शिक्षण या शिक्षणप्रणाली स्वीकारल्या आहेत. जपान, दक्षिण कोरिया, भारत, ब्राझील, दक्षिण आफ्रिका हे देश जर्मन शिक्षणव्यवस्थेचा अभ्यास करत आहेत.

जर्मनीचा समाज शिस्तप्रिय, विज्ञाननिष्ठ, कायद्याचा आदर करणारा,

पर्यावरणप्रेमी, जबाबदार, स्त्री-पुरुष समानतेचा पुरस्कर्ता असून, हा समाज शिक्षणातूनच घडलेला आहे. शिक्षणानं जर्मनीला केवळ आर्थिकदृष्ट्या नव्हे, तर नैतिकतेच्या बाजूनंही समृद्ध केलं आहे.

जर्मन शिक्षण आणि भारतीय विद्यार्थ्यांसाठी संधी

आर्थिक स्तरांनुसार शैक्षणिक शुल्काची आकारणी करण्याचं धोरण स्वीकारलेल्या जर्मनीच्या शाळांमध्ये मोफत अथवा कमी खर्चात शिक्षण घेता येतं. कमीतकमी खर्चात जागतिक दर्जाचं शिक्षण मिळणाऱ्या जर्मनीसारख्या देशात विद्यार्थ्यांचं भवितव्य उज्ज्वल होण्यावाचून राहू शकत नाही. शिक्षण पूर्ण होता होताच नोकरीची संधी विद्यार्थ्यांच्या हातात असते. चांगल्या पगाराची उत्तम नोकरी आणि कायमस्वरूपी रहिवास या अपेक्षा जर्मनीमध्ये सहज पूर्ण होतात, म्हणूनच जर्मनी हे उच्चशिक्षित विद्यार्थ्यांच्या पसंतीला उतरत आहे.

"ही झाली जर्मनीतल्या शिक्षणव्यवस्थेची चांगली बाजू. प्रत्येक व्यवस्थेमध्ये जसे काही दोष असतात, तसेच जर्मनीच्या शिक्षणव्यवस्थेमध्येही आहेत बरं का!" मानसी म्हणाली आणि उपस्थित सगळ्यांनाच थोडी हळहळ वाटली.

"सगळ्यात पहिली गोष्ट म्हणजे जर्मनीतली भाषा. इथले लोक आग्रहानं जर्मन भाषेतच व्यवहार करतात. त्यामुळे जर्मनीत शिक्षणासाठी किंवा नोकरीसाठी येण्याआधी अस्खलित जर्मन शिकणं अनिवार्य आहे. त्याचबरोबर वेगानं प्रगती करणाऱ्या या देशात डिजिटलीकरणाचा वेग इतका प्रचंड आहे, की या वेगाशी जुळवून घेताना दमछाक होते. असं असलं, तरीही जर्मनीची शासनव्यवस्था ही समस्या सोडवण्याच्या दिशेनं वाटचाल करत आहे हे आवर्जून सांगायला हवं."

या सगळ्या पार्श्वभूमीवरून जर्मनीतली शिक्षण व्यवस्था आणि तिथली हसतखेळत चालणारी शिक्षण प्रक्रिया मुलांना पुरेशी स्पष्ट झाली. 'शिक्षण' ही प्रक्रिया माणसाला प्रगल्भ करते, जगण्याला शिस्त लावते, माणसाला जबाबदारी शिकवण्यात आणि जगण्याची नवी दृष्टी देण्यात शिक्षणाचा क्रमांक सर्वोच्च आहे, हे मुलांच्या मनावर ठसवण्यात मानसी यशस्वी झाली.

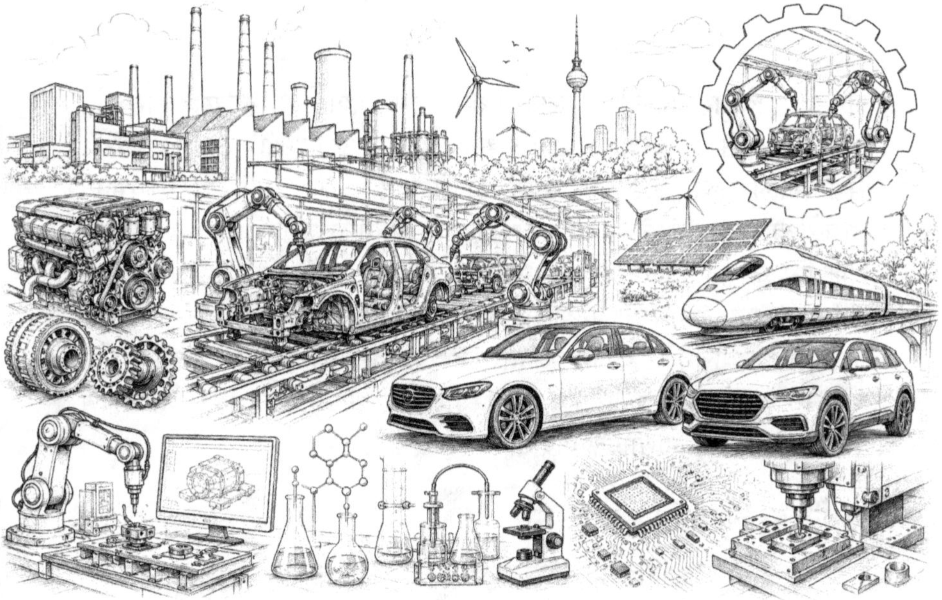

भविष्य घडवणारे कारखाने

गेले काही दिवस सगळे मानसीकडून जर्मनीबद्दल समजून घेण्यासाठी जमत होते, तसेच आज सगळे आल्यानंतर मानसी म्हणाली, "मागच्या वेळी आपण जर्मनीमधली शिक्षण व्यवस्था पाहिली. आता उद्योग-व्यवसाय याबद्दल माहिती घेऊ. जर्मनी म्हटलं की फक्त शिस्त आणि शिक्षणच नाही, तर जगभरात नावाजलेले कारखाने, दर्जेदार उत्पादनं आणि अत्याधुनिक तंत्रज्ञानही आठवतं,"

"आपण वापरत असलेल्या अनेक वस्तूंच्या मागे जर्मनीची कल्पकता आणि मेहनत दडलेली आहे," असं मानसीनं सांगताच सगळ्यांचे कान टवकारले गेले. आता जर्मनीचे कारखाने केवळ वस्तू तयार करणारी ठिकाणं नसून, भविष्य घडवणारी केंद्रं कशी बनली, हे ऐकण्यासाठी सगळेच उत्सुक झाले होते.

जर्मनीचा विचार केला, की डोळ्यासमोर उभे राहतात शिस्तबद्ध कारखाने, अचूक तंत्रज्ञान, चमकदार ऑटोमोबाइल्स, स्वच्छ उत्पादनक्षेत्र आणि वैज्ञानिक संशोधनाला पूरक असलेली संपूर्ण औद्योगिक यंत्रणा. युरोपच्या मध्यभागी असलेल्या या राष्ट्रानं औद्योगिक क्रांतीपासून ते 'आधुनिक उद्योग 4.0'पर्यंत केलेली वाटचाल जागतिक पातळीवर वेगळा ठसा उमटवते. जर्मन उद्योग म्हणजे केवळ यंत्रं नव्हेत; ते जर्मन समाजाच्या सांस्कृतिक शिस्तीचं प्रतिबिंब आहेत. 'जे काही करायचं ते सर्वोत्तमच' हा जर्मन जनतेचा दृष्टिकोन त्यांच्या उद्योगांमध्येही दिसतो. म्हणूनच जर्मनी आजही 'युरोपीय युनियन'मधली सर्वांत मोठी अर्थव्यवस्था आणि जगातलं अग्रगण्य औद्योगिक केंद्र आहे.

जर्मनीचा औद्योगिक इतिहास

जर्मनीची औद्योगिक प्रगती ही इतिहास, तंत्रज्ञान, शिक्षण आणि धोरणात्मक नियोजन यांच्या संगमातून घडलेली एक सशक्त प्रक्रिया आहे. एकोणिसाव्या शतकात युरोपमध्ये औद्योगिक क्रांती सुरू झाली असली, तरी जर्मनीनं थोड्या उशिरानं; पण अत्यंत वेगानं औद्योगिकीकरण स्वीकारलं. सुरुवातीला कोळसा, लोखंड आणि रेल्वे या क्षेत्रांनी औद्योगिक वाढीला चालना दिली. विशेषतः प्रुशिया राज्यानं उद्योगांसाठी आवश्यक पायाभूत सुविधा उभारल्या आणि व्यापाराला प्रोत्साहन दिलं. सन १८७१मधल्या जर्मनीच्या एकत्रीकरणानंतर देश एकत्र आल्यानं आर्थिक आणि औद्योगिक धोरणांना एकसंध दिशा मिळाली. ज्यामुळे स्टील, रसायनशास्त्र आणि अभियांत्रिकी क्षेत्रात झपाट्यानं प्रगती झाली. याच काळात 'Siemens' आणि 'BASF' यांसारख्या कंपन्यांनी जागतिक स्तरावर आपलं स्थान निर्माण केलं.

जर्मनीतल्या रेल्वे नेटवर्कचा विस्तार हा देशाच्या औद्योगिक आणि आर्थिक विकासाचा कणा मानला जातो. एकोणिसाव्या शतकाच्या सुरुवातीला जर्मनीत रेल्वेचा प्रारंभ झाला आणि १८३५मध्ये न्युर्नबर्ग आणि फ्युरथ या शहरांना जोडणारी 'Bavarian Ludwig Railway' ही पहिली रेल्वेलाइन सुरू झाली. सुरुवातीच्या काळात रेल्वेचा वापर मुख्यतः कोळसा, लोखंड आणि औद्योगिक मालवाहतुकीसाठी केला जात होता; परंतु हळूहळू प्रवासी वाहतुकीतही त्याचं महत्त्व वाढलं. प्रुशिया आणि इतर जर्मन राज्यांनी रेल्वेच्या विस्तारासाठी मोठ्या प्रमाणावर गुंतवणूक केली. यामुळे औद्योगिक क्रांतीला मोठी चालना मिळाली.

आधुनिक काळात जर्मनीचं रेल्वे नेटवर्क युरोपमधल्या सर्वांत प्रगत

नेटवर्कपैकी एक आहे. हाय-स्पीड ट्रेन सेवा, जसं की Intercity-Express (ICE), शहरांदरम्यान अतिशय वेगानं आणि आरामदायी प्रवासाची सुविधा देतात. याशिवाय जर्मनीचं रेल्वे नेटवर्क इतर युरोपीय देशांशीही प्रभावीपणे जोडलेलं आहे. त्यामुळे आंतरराष्ट्रीय प्रवास सुलभ झाला आहे. पर्यावरणपूरक वाहतूक प्रणाली म्हणून रेल्वेचा मोठ्या प्रमाणावर वापर केला जात असून, इलेक्ट्रिफिकेशन आणि हरित ऊर्जेचा वापर वाढवण्यावरही भर दिला जात आहे. त्यामुळे जर्मनीचं रेल्वे नेटवर्क हे केवळ वाहतुकीचं साधन नसून, देशाच्या आर्थिक प्रगतीचं आणि तांत्रिक प्रगततेचं प्रतीक आहे.

जर्मनीतलं केमिकल संशोधन आणि औषध उद्योगाचा विकास हा जगातल्या सर्वांत प्रभावी औद्योगिक आणि वैज्ञानिक प्रवासांपैकी एक मानला जातो. एकोणिसाव्या शतकात जर्मनीनं रसायनशास्त्र या क्षेत्रात मोठी झेप घेतली आणि विद्यापीठं, संशोधन संस्था आणि उद्योग यामुळं या क्षेत्राचा पाया मजबूत झाला. विशेषतः सेंद्रिय रसायनशास्त्र (organic chemistry) आणि रंगद्रव्य (dyes) उद्योगात जर्मनीनं आघाडी घेतली. या काळात 'BASF', 'Bayer' आणि 'Hoechst' यांसारख्या कंपन्यांनी संशोधनाधारित उत्पादनाची परंपरा निर्माण केली. ज्यामुळे जर्मनी जागतिक केमिकल उद्योगाचा केंद्रबिंदू झाला. या प्रगतीमागे केवळ उद्योग नव्हे, तर वैज्ञानिक संशोधनाचीदेखील भक्कम परंपरा होती. Justus von Liebig (जस्टअस फॉन लीबिग) यांसारख्या शास्त्रज्ञांनी आधुनिक रसायनशास्त्राच्या शिक्षण पद्धतीत क्रांती घडवून आणली. प्रयोगशाळा-आधारित शिक्षण आणि संशोधन यामुळे नवकल्पना (innovation) वेगानं घडू लागल्या. परिणामी, औषधनिर्मिती क्षेत्रातही प्रगती झाली. विसाव्या शतकाच्या सुरुवातीला जर्मनी जगातला सर्वांत मोठा औषध उत्पादक देश बनला. विविध औषधं, रंगद्रव्यं आणि रसायनं यांचं उत्पादन मोठ्या प्रमाणावर होऊ लागलं.

जर्मनीतल्या यंत्रनिर्मिती क्षेत्रात 'Mittelstand' या लघु आणि मध्यम उद्योगांची मोठी भूमिका आहे. हे उद्योग विशिष्ट क्षेत्रांमध्ये (niche markets) अत्यंत उच्च दर्जाची आणि अचूक उत्पादनं तयार करतात. उदाहरणार्थ, मशिन टूल्स, ऑटोमेशन उपकरणे, औद्योगिक रोबोट्स आणि प्रिसिजन पार्ट्स यामध्ये जर्मनी आघाडीवर आहे. या कंपन्या दीर्घकालीन गुणवत्ता, ग्राहकांचा विश्वास आणि सतत सुधारणा (continuous improvement) यावर भर देतात.

आधुनिक काळात जर्मनीनं 'Industry 4.0'च्या माध्यमातून यंत्रनिर्मिती डिजिटल आणि स्मार्ट पद्धतीनं केली आहे. सेन्सर्स, डेटा ॲनालिटिक्स, कृत्रिम

बुद्धिमत्ता (एआय) आणि इंटरनेट ऑफ थिंग्स (IoT) यांच्या साह्यानं उत्पादन प्रक्रिया अधिक अचूक, कार्यक्षम आणि स्वयंचलित झाली आहे. यामुळे उत्पादनातल्या त्रुटी कमी होतात आणि गुणवत्ता अधिक सुधारते. एकूणच, जर्मनीतल्या यंत्रनिर्मितीतली अचूकता ही शिक्षण, संशोधन, तंत्रज्ञान, उद्योगसंस्कृती आणि शिस्तबद्ध कार्यपद्धती यांचा संगम आहे. ज्यामुळे जर्मनी आजही जगातलं सर्वांत विश्वासार्ह आणि उच्च दर्जाचं यंत्रनिर्मिती केंद्र म्हणून ओळखलं जातं.

दोन महायुद्धांतला विद्ध्वंस आणि पुनर्बांधणी

दुसऱ्या महायुद्धानंतर जर्मनीचं उद्योगक्षेत्र पूर्णपणे उद्‌ध्वस्त झालं. कारखाने नष्ट झाले, संसाधनं तुटपुंजी होती आणि आर्थिक परिस्थिती दयनीय झाली; पण जर्मन जनतेची जिद्द सर्वांत महत्त्वाची ठरली. त्या जिद्दीच्या जोरावर जर्मनीतल्या उद्योग क्षेत्रानं पुन्हा भरारी घेतली. सन १९४८नंतर अमेरिकेचा मार्शल प्लॅन, शिस्तबद्ध व्यवस्थापन आणि कामगार-उद्योग सहकार्यामुळे जर्मनीनं पुनर्बांधणी केली. हा कालावधी औद्योगिक क्षेत्रात झालेल्या अद्वितीय चमत्काराविषयी जर्मन आर्थिक चमत्कार म्हणून इतिहासात प्रसिद्ध आहे.

जर्मन उद्योगाची पायाभूत रचना

'सोशल मार्केट इकॉनॉमी' ही जर्मनीतल्या बाजारात असलेल्या मुक्त अर्थव्यवस्थेला चालना देणारी संकल्पना आहे. यामध्ये उद्योग स्वतंत्र असतात. उत्पादनांच्या किमती बाजारात सर्वानुमते ठरवल्या जातात. जर्मनीचे उद्योग बाजाराच्या सामाजिक अर्थव्यवस्थेवर आधारभूत आहेत. या व्यवस्थेचा उद्देश आर्थिक स्वातंत्र्य आणि सामाजिक न्याय यांचा समतोल राखणं हा आहे.

सरकारी नियमन आणि धोरणांद्वारे अन्यायकारक स्पर्धा रोखता येते. या व्यवस्थेत कामगारांचे हक्क, सामाजिक सुरक्षा, आरोग्य सेवा, शिक्षण आणि बेरोजगारी भत्ता यांसारख्या सुविधा उपलब्ध करून दिल्या जातात. यामुळे आर्थिक वाढ आणि सामाजिक समता यामध्ये संतुलन राखलं जातं. या मॉडेलमुळेच १९५०-६०च्या दशकात जर्मनीत विर्टशाफ्स्‌वुन्डर (Wirtschaftswunder) म्हणजेच 'आर्थिक चमत्कार' घडला.

मुक्त स्पर्धा + सरकारी नियमन, कामगारांचा उद्योगांच्या व्यवस्थापनात सहभाग, व्यावसायिक शिक्षणाची मजबूत प्रणाली, दीर्घकालीन औद्योगिक धोरणं, संशोधन व नवोन्मेषावर मोठी गुंतवणूक, निर्यातकेंद्रित औद्योगिक रचना या सहा

वैशिष्ट्यांमुळं जर्मनीचा उद्योग समृद्ध होण्याबरोबरच स्थिरही झाला आहे.

जर्मनीतली प्रमुख औद्योगिक क्षेत्रं

जर्मनीतला उद्योग जगातल्या अनेक क्षेत्रांत आघाडीवर आहे. अचूक निर्मिती, गुणवत्तापूर्ण उत्पादन आणि नावीन्याची कास धरून केलेले प्रयोग हे जर्मन उद्योगाचं वैशिष्ट्य आहे.

- **ऑटोमोबाइल उद्योग : जर्मन उद्योगांचं केंद्रस्थान**
  Mercedes-Benz, BMW, Audi, Volkswagen, Porsche ही गाड्यांची नावं जर्मनीची ओळख आहेत.
  या उद्योगाची मुख्य वैशिष्ट्यं
  - अचूक यंत्रनिर्माण
  - दीर्घकालीन टिकाऊपणा
  - सुरक्षित तंत्रज्ञान
  - अत्याधुनिक डिझाइन
  - उच्च दर्जाचं टेस्टिंग आणि गुणवत्ता नियंत्रण

  जर्मनीनं इलेक्ट्रिक आणि स्वयंचलित वाहनांमध्ये २०१८नंतर प्रचंड गुंतवणूक केली. २०२५पर्यंत इलेक्ट्रिक वाहनं आणि हायड्रोजन आधारित वाहनं मोठ्या प्रमाणात बाजारात आली आणि जर्मनीच्या एकूण अर्थकारणाला चालना मिळाली.
- **यंत्रनिर्मिती (Machinery & Engineering)**
  जर्मनी हा जगातल्या सर्वांत मोठ्या मशिनसाधनांच्या निर्यातदारांपैकी एक आहे. औद्योगिक रोबोट, CNC मशिन, उत्पादन लाइन उपकरणं, उच्च-तंत्र अभियांत्रिकी साधनं, ऑटोमेशन सिस्टीम या सर्व मशिन्स आणि निगडित साधनांच्या उत्पादनामध्ये जर्मनी अग्रस्थानी आहे.
- **केमिकल व फार्मास्युटिकल उद्योग**
  जर्मनीचा केमिकल व औषधनिर्मिती (Pharmaceutical) उद्योग हा जगातल्या सर्वांत प्रगत, संशोधनप्रधान आणि प्रभावशाली उद्योगांपैकी एक मानला जातो. या उद्योगानं केवळ युरोपच नव्हे, तर जागतिक आरोग्य व्यवस्थेत मोठा वाटा उचलला आहे. BASF, Bayer या जगप्रसिद्ध नावांचा उगम जर्मनीतूनच झाला. जर्मनीतल्या औषधनिर्मिती उद्योगाची सुरुवात एकोणिसाव्या शतकात रसायन (chemical) उद्योगातून झाली. सुरुवातीला

रंगद्रव्यं (dyes) तयार करणाऱ्या कंपन्यांनी पुढे औषधनिर्मितीत प्रवेश केला. जर्मनीत संशोधनाला सर्वोच्च प्राधान्य दिलं जातं, औषधनिर्मितीसाठी असलेले गुणवत्तेचे निकष कसोशीने पाळले जातात, पर्यावरणपूरक उत्पादनपद्धती अवलंबली जाते, शिक्षण आणि उद्योगाचे निकट संबंध असतात.

- **इलेक्ट्रिकल इंजिनीअरिंग व इलेक्ट्रॉनिक्स**
  जर्मनीमध्ये इलेक्ट्रीकल इंजिनीअरिंग आणि इलेक्ट्रॉनिक्स हा उद्योग अत्यंत विकसित, नावीन्यपूर्ण आणि जागतिक स्तरावर प्रभावशाली आहे. औद्योगिक क्रांतीपासून सुरू झालेला हा प्रवास आज 'इंडस्ट्री ४.०'पर्यंत येऊन पोहोचला आहे. Siemens, Bosch, Infineon यांसारख्या कंपन्यांनी जर्मनीला रोबोटिक्स, ऊर्जा व्यवस्थापन, स्मार्ट तंत्रज्ञान, सेन्सर्स आणि उपकरणनिर्मिती या क्षेत्रांमध्ये जागतिक नेतृत्व बहाल केलं.
- **ऊर्जा व पर्यावरणपूरक उद्योग**
  उद्योग विश्वातले सौरऊर्जा, वायूऊर्जा, बायोगॅस, हायड्रोजन ऊर्जा कार्बन-न्यूट्रल कारखाने यामुळे २०२५पर्यंत जर्मनी जगातल्या सर्वांत मोठ्या हरित-ऊर्जा अर्थव्यवस्थांपैकी एक देश बनला. जर्मनीचा ऊर्जा आणि पर्यावरणपूरक (Green) उद्योग जगासाठी आदर्श मानला जातो. पारंपरिक ऊर्जेवर अवलंबून असलेला देश आज नवीकरणीय ऊर्जा, शाश्वत विकास आणि हवामान बदलावर उपाय यामध्ये अग्रस्थानी आहे. या परिवर्तनाला Energiewende, म्हणजेच ऊर्जा परिवर्तन असं म्हणतात.
- **IT, एआय आणि इंडस्ट्री ४.०**
  'इंडस्ट्री ४.०' हा शब्द जर्मनीनंच जगाला दिला. यात स्मार्ट कारखाने, मशिन-टू-मशिन संवाद, क्लाउड आधारित उत्पादन व्यवस्थापन, रोबोटिक्स, एआय आधारित गुणवत्ता तपासणी यांचा समावेश आहे. क्लाउड कम्प्युटिंग, सॉफ्टवेअर डेव्हलपमेंट आणि सायबर सुरक्षा या क्षेत्रात जर्मनीनं महत्त्वाचं योगदान दिलं आहे. जर्मनीप्रणीत तंत्रज्ञानाचा आधार घेऊन अनेक उत्पादनसंस्था आता पूर्णतः डिजिटल झाल्या आहेत.

मिट्लस्टँड : जर्मन उद्योगाचं अदृश्य सामर्थ्य

आपल्या देशात जसा मध्यम आणि लघु उद्योगांचा पसारा बऱ्यापैकी मोठा आहे, तसाच तो जर्मनीतही आहे. फक्त तिथल्या लोकांच्या व्यवसायाचं स्वरूप आपल्यापेक्षा अधिक व्यापक असतं. जर्मनीतले बहुसंख्य उद्योग Mittelstand,

म्हणजे मध्यम व लघु उद्योग आहेत. एखाद्या कुटुंबातले सदस्य एकमतानं एखादा व्यवसाय चालवायला घेतात. आपला ग्राहक वर्ग, त्यांच्या गरजा यांचा पुरेपूर अभ्यास करून मग व्यवसायात उतरतात. संपूर्ण तयारीनिशी व्यवसाय करण्याच्या जर्मन लोकांच्या सवयीमुळे त्यांच्या व्यवसायाला उतरती कळा लागल्याची उदाहरणं अभावानंच पहायला मिळतात.

अत्यंत चोखंदळपणे आपल्या उत्पादनाची निवड करणं, त्याविषयीच्या संशोधनामध्ये प्रचंड प्रमाणात गुंतवणूक करणं, सर्वसमावेशक व्यावसायिक धोरणं आखून त्यांचं तंतोतंत पालन करणं, उत्पादन घेण्याच्य आधीच त्याच्या विपणनाची व्यवस्था करणं या गुणवैशिष्ट्यांमुळे जर्मन मध्यम व लघु उद्योजकांची आर्थिक भरभराट होते.

कामगारसंस्कृती

कामगारांशी असलेले सलोख्याचे संबंध हे जर्मनीतल्या उद्योग भरभराटीचं गमक आहे, असं म्हणायला हरकत नाही. कामाच्या बाबतीत काटेकोर असणारे, कामातली शिस्त राखणारे, वेळेचं पूर्वनियोजन करून बिनचूक काम करणारे कामगार जर्मनीतल्या उद्योगविश्वाचा कणा आहेत. 'श्रमिक आणि उद्योजक यांच्यातलं नातं परस्पर सहकार्याचं असल्यानं आणि दोघांनाही एकमेकांच्या कामाविषयीच्या तळमळीची जाणीव असल्यानं एकूण उत्पादनक्षमता वाढते.

जर्मनीतले श्रमिक कायदे कामगारांना अत्यंत सुरक्षितता देतात. उद्योगाला पूरक ठरेल असं कोणतंही सहकार्य देण्यास उद्योजक तत्पर असल्यानं तिथल्या कामगारांना कामाचा कामाचा भार वाटत नाही. त्यामुळे जर्मनीची कामगार संस्कृती सर्वार्थानं अनुकरणीय आहे.

जर्मनीची 'ड्यूएल सिस्टीम ऑफ व्होकेशनल एज्युकेशन' जगभरात प्रसिद्ध आहे. यामध्ये शिक्षण सुरू असतानाच विद्यार्थ्यांना संबंधित शाखेच्या कार्यालयात प्रत्यक्ष काम करता येतं. त्यामुळे विद्यार्थ्यांची कार्यकौशल्यं आपसूकच विकसित होतात. म्हणूनच जर्मनीला कुशल कामगारांची उणीव कधीही भासत नाही.

बदललेलं दृश्य

सन २०२५मध्ये जर्मनीच्या उद्योगविश्वानं संक्रमण, पुनर्रचना आणि नव्या दिशेचा शोध ही त्रिसूत्री कायम ठेवली आहे. दोन वर्षांच्या आर्थिक मंदीनंतर जर्मनीनं मर्यादित स्वरूपातली सकारात्मक वाढ नोंदवली. त्यामुळे औद्योगिक क्षेत्रात काही

प्रमाणात स्थैर्य आलं. उत्पादनांच्या निर्यातीवर आधारित अर्थव्यवस्था असल्यानं ऑटोमोबाइल, मशिनरी, केमिकल्स आणि इलेक्ट्रॉनिक्स या क्षेत्रांच्या वाढीवर तिचा मुख्य भर आहे. २०२५मध्ये या पारंपरिक क्षेत्रांना जागतिक स्पर्धा, ऊर्जा खर्चातली वाढ आणि पुरवठा साखळीतल्या अडथळ्यांचा मोठा सामना करावा लागला. विशेषतः केमिकलवर आधारित आणि मोठ्या उद्योगांना उच्च ऊर्जा दरांमुळे उत्पादन खर्च जास्त द्यावा लागला, ज्याचा परिणाम त्यांच्या स्पर्धात्मकतेवर झाला. तरीही, BASF आणि Bayerसारख्या कंपन्यांनी संशोधन आणि जागतिक विस्तारावर भर देत आपलं स्थान टिकवून ठेवलं आहे.

जर्मनीतल्या प्रत्येक कंपनीनं इलेक्ट्रिक गाड्यांची मॉडेल्स विकसित केली आहेत. २०२५ नं समोर ठेवलेल्या आव्हानांवर मात करण्याच्या उद्देशानं जर्मनीतल्या उद्योगविश्वात सौर आणि वायू प्रकल्पांची संख्या दुप्पट झाली आहे. याच काळात बहुतांश कारखाने 'स्मार्ट' झाले. वाढत्या तंत्रज्ञानानुसार औद्योगिक रोबोट्सचं प्रमाण ४०% नं वाढलं. उद्योगविश्वात तयार झालेल्या तणावाच्या परिस्थितीवर मार्ग काढण्यासाठी आवश्यक आंतरराष्ट्रीय सहकार्य वाढलं. या काळात जर्मनीचे भारत, जपान, कोरिया आणि अमेरिकेशी असलेले संबंध दृढ झाले.

भारताशी वाढतं औद्योगिक सहकार्य

भारत आणि जर्मनी यांचे आर्थिक संबंध ऐतिहासिक आहेत. ऑटोमोबाइल व स्पेअर पार्ट्स, इलेक्ट्रिक वाहन उत्पादन, आयटी आणि एआय सोल्युशन्स, नवीकरणीय ऊर्जा, तंत्रज्ञान हस्तांतरण, कौशल्य प्रशिक्षण कार्यक्रम ही जर्मनी आणि भारत यांच्यातल्या औद्योगिक सहकार्याची मुख्य क्षेत्रं आहेत. भारतीय अभियंते आणि आयटी तज्ज्ञ जर्मनीत मोठ्या प्रमाणावर काम करत आहेत. भारतीय कंपन्याही जर्मन बाजारात गुंतवणूक वाढवत आहेत.

गुणवत्तेचा आग्रह, संशोधन विकासावर सातत्यानं काम करत राहणं, कामगार आणि व्यवस्थापन यांच्यात चांगला समन्वय असणं, कौशल्याधिष्ठीत शिक्षणाचं महत्त्व, उत्पादनाची अधिकाधिक निर्यात होईल याकडे लक्ष देणं, आपला उद्योग पर्यावरणाला हानिकारक होणार नाही, याविषयी सतर्क असणं अशा काही गोष्टींची शिस्त जर्मन उद्योगाकडून भारतानं जरूर अंगी बाणवायला हवी.

जर्मनीच्या उद्योगक्षेत्रातली आव्हानं

पहिलं मोठं आव्हान म्हणजे ऊर्जेचा वाढता खर्च. विशेषतः रशिया आणि युक्रेन

यांच्यातल्या युद्धानंतर नैसर्गिक वायू आणि इंधन पुरवठ्यात अडथळे आले. त्यामुळे जर्मनीतल्या उद्योगांसाठी उत्पादन खर्च प्रचंड वाढला. जर्मनीचं पारंपरिक ऊर्जा अवलंबित्व रशियावर असल्यामुळे या संकटाचा मोठा परिणाम झाला.

दुसरं आव्हान म्हणजे कुशल मनुष्यबळाची कमतरता. वृद्ध होत चाललेली लोकसंख्या आणि तरुणांची कमी संख्या यामुळे उत्पादन, अभियांत्रिकी आणि IT क्षेत्रात कुशल कामगारांची टंचाई निर्माण झाली आहे. कुशल कामगार असल्यास उद्योगांची कार्यक्षमता वाढते आणि नवकल्पनांना बहार येते.

तिसरं महत्त्वाचं आव्हान म्हणजे जागतिक स्पर्धा. चीन आणि अमेरिकेसारख्या देशांकडून वाढती स्पर्धा जर्मन उद्योगांसाठी जिकिरीची ठरत आहे. विशेषतः एआय, इलेक्ट्रिक वाहनं आणि डिजिटल तंत्रज्ञान या क्षेत्रांमध्ये जर्मनीला आपली गती वाढवावी लागत आहे.

चौथं आव्हान म्हणजे हरित तंत्रज्ञानाकडे संक्रमण. 'युरोपीय युनियन'च्या कठोर पर्यावरणीय नियमांमुळं जर्मनीतल्या उद्योगांना कार्बन उत्सर्जन कमी करण्यासाठी मोठी गुंतवणूक करावी लागते. यामुळे अल्पकालीन खर्च वाढतो.

पाचवं आव्हान म्हणजे डिजिटलायझेशनमध्ये मागे पडणं. 'इंडस्ट्री ४.०'ची संकल्पना जर्मनीतच उदयाला आली असली, तरी प्रत्यक्ष अंमलबजावणीत काही क्षेत्रांमध्ये अजूनही विलंब दिसतो. लघु व मध्यम उद्योग (SMEs) डिजिटल परिवर्तनात मागे आहेत.

शेवटी, पुरवठा साखळीतले अडथळे हेही एक मोठं आव्हान आहे. 'कोविड-१९'नंतर जागतिक पुरवठा साखळीत झालेल्या बदलांचा परिणाम अजूनही उद्योगांवर दिसून येतो. एकूणच, जर्मनीच्या उद्योगक्षेत्राला नवकल्पना, तांत्रिक प्रगती आणि धोरणात्मक बदल यांचा समतोल साधावा लागेल.

ही आव्हानं असूनही जर्मनीत उद्योग यशस्वी होत आहेत. त्यामागे केवळ भांडवल किंवा तंत्रज्ञान नाही, तर कायदेशीर शिस्त आणि राज्यघटनेत रुजलेली औद्योगिक नीती हे महत्त्वाचे घटक आहेत. जर्मन राज्यघटना आर्थिक स्वातंत्र्य मान्य करते; परंतु त्याचबरोबर उद्योगांवर सामाजिक जबाबदारीही टाकते.

उद्योगांवर लागू होणारी मूलभूत तत्त्वं

जर्मनीत कोणताही उद्योग 'केवळ नफ्या'साठी चालू शकत नाही; तो समाजाचा घटक मानला जातो. त्यामुळेच जर्मन उद्योग दीर्घ काळ टिकतात. कामगारांच्या

हक्कांची पायमल्ली होणार नाही याची काळजी जर्मनीतले उद्योजक घेताना दिसतात. कामाच्या ठिकाणी असलेलं सुरक्षित वातावरण, पर्यावरण संरक्षणावर उद्योगांचा असलेला भर, ग्राहकांचे हितसंबंध जोपासण्याची तिथल्या उद्योजकांची वृत्ती आणि व्यापार करताना नीतिमत्ता राखण्याला प्राधान्य देण्याची त्यांची सवय या सगळ्या गुणांमुळे जर्मनीचं उद्योगविश्व जगात आपलं वेगळं स्थान राखून आहे. 'मेड ईन जर्मनी' हा शिक्का म्हणजे केवळ उत्पादनाचा उगम नाही. तो विश्वासाचा, प्रामाणिकपणाचा आणि नैतिकतेचा शिक्का आहे.

गुणवत्ता हेच वैशिष्ट्य

जर्मनीतल्या उत्पादनांमध्ये दोष आढळल्यास ग्राहकाची क्षमा मागून उत्पादन मागे घेणं, हे तिथल्या उद्योगाचं बलस्थान आहे. उत्पादन निर्मितीमध्ये कोणत्याही प्रकारचा शॉर्टकट वापरण्याकडे उद्योजकांचा कल नसतो. उत्पादन निर्मितीमध्ये मूलभूत पारदर्शकता असायला हवी, हा त्यांचा आग्रह असतो. आपल्या उद्योगातले दोष लपवण्याऐवजी त्यावर काम करून त्यामध्ये सुधारणा करणं हे तिथल्या उद्योजकांना महत्त्वाचं वाटतं.

संशोधन आणि उद्योग परस्परसंबंध

जर्मनीमध्ये संशोधन संस्था आणि उद्योग यांचे परस्परसंबंध त्यांच्या औद्योगिक यशाचं एक प्रमुख वैशिष्ट्य मानलं जातं. या सहजीवनामुळे ज्ञान, तंत्रज्ञान आणि नवकल्पना यांचा प्रभावी संगम घडतो आणि उद्योग अधिक स्पर्धात्मक होतात. जर्मनीत संशोधनासाठी कार्यरत असलेल्या अनेक नामांकित संस्था, उदाहरणार्थ मॅक्स प्लँक सोसायटी, फ्राउनहोफर सोसायटी आणि हेल्महॉलटझ असोसिएशन या थेट उद्योगांशी जोडलेल्या आहेत. या संस्था उद्योगांच्या गरजेनुसार विकसित करण्यात आलेलं मूलभूत आणि अप्लाइड संशोधन करतात.

विशेषतः फ्राउनहोफर सोसायटी हे उद्योग सहकार्याचं उत्कृष्ट उदाहरण आहे. ही संस्था कंपन्यांबरोबर प्रकल्पाधारित संशोधन करते, नवीन उत्पादनं विकसित करते आणि तंत्रज्ञानाचं व्यावसायिकीकरण करते. त्यामुळे संशोधन थेट बाजारात उतरतं आणि उद्योगांना नावीन्यपूर्ण उपाय मिळतात.

जर्मनीतली विद्यापीठं आणि उद्योग यांच्यातही घनिष्ठ संबंध आहेत. तांत्रिक विद्यापीठं आणि इंजिनीअरिंग क्षेत्रातल्या संस्था उद्योगांसाठी प्रशिक्षित मनुष्यबळ तयार करतात. विद्यार्थी शिक्षण घेत असतानाच उद्योगांमध्ये इंटर्नशिप आणि

प्रकल्पांद्वारे प्रत्यक्ष अनुभव मिळवतात.

या परस्परसंबंधाचा आणखी एक महत्त्वाचा पैलू म्हणजे टेक्नॉलॉजी ट्रान्स्फर, म्हणजेच तांत्रिक हस्तांतरण. संशोधन संस्थांमध्ये विकसित झालेली नवी तंत्रज्ञानं उद्योगांपर्यंत पोहोचवली जातात. यामुळे स्टार्टअप्स आणि नव्या कंपन्यांना चालना मिळते; तसेच नामांकित उद्योग अधिक कार्यक्षम होतात. त्याचबरोबर 'युरोपीय युनियन'चे विविध फंडिंग प्रोग्राम्स आणि धोरणांमुळेही या सहकार्याला प्रोत्साहन मिळतं. सार्वजनिक आणि खासगी क्षेत्रातल्या भागीदारीमुळेही मोठ्या प्रमाणावर संशोधन प्रकल्प राबवले जातात.

एकूणच, संशोधन संस्था आणि उद्योग यांचे परस्परसंबंध हे जर्मनीच्या औद्योगिक प्रगतीचं इंजिन आहे. यामुळे नवकल्पना वाढते, उत्पादनक्षमता सुधारते आणि जागतिक स्पर्धेत टिकून राहण्याची क्षमता मजबूत होते.

निर्यात धोरण आणि जागतिक व्यापारातलं स्थान

जर्मनी हा जगातल्या सर्वांत मोठ्या निर्यातदार देशांपैकी एक आहे. जर्मनीत उत्पादन तयार होण्यापूर्वी त्याच्या निर्यातीबाबतची धोरणं उद्योजकांनी आखलेली असतात. जर्मनीच्या गुणवत्तापूर्ण उत्पादनाची अगदी भरघोस निर्यात होत असते. जर्मनीचं निर्यात धोरण उच्च गुणवत्तेच्या आणि तांत्रिकदृष्ट्या प्रगत उत्पादनांवर आधारित आहे. विशेषतः ऑटोमोबाइल, यंत्रनिर्मिती, रसायन उद्योग आणि औषधनिर्मिती या क्षेत्रांमध्ये जर्मनीचं वर्चस्व आहे. Volkswagen, Siemens आणि BASF सारख्या कंपन्या जागतिक बाजारपेठेत जर्मनीची ओळख निर्माण करतात.

जर्मनीच्या निर्यात धोरणाचा एक महत्त्वाचा घटक म्हणजे, बाजारांची विविधता; म्हणजेच विविध देशांमध्ये निर्यात वाढवणं. अमेरिका, चीन आणि फ्रान्स हे जर्मनीचे प्रमुख व्यापारी भागीदार आहेत. याशिवाय युरोपमधल्या इतर देशांशीही जर्मनीचे व्यापार संबंध दृढ आहेत. जर्मन उद्योग स्वस्त विक्रीपेक्षा मूल्याधारित विक्रीवर अधिक विश्वास ठेवतात. त्यामुळे किंमत जास्त असली, तरी मागणी टिकून राहते.

पर्यावरणीय जबाबदारी

पर्यावरण रक्षण ही जर्मनीत कायदेशीर सक्ती आहेच; पण त्याहीपलीकडे ते औद्योगिक मूल्य आहे. शालेय वयापासूनच मुलांमध्ये पर्यावरणाबद्दलची सजगता निर्माण केल्यानं जर्मनीतले नागरिक पर्यावरणाविषयी जागरूक असतात.

जर्मनीतल्या कारखान्यांतून उत्सर्जित होणाऱ्या कार्बनवर तिथल्या सरकारनं विशिष्ट मर्यादा घातली आहे. कचऱ्याचं विघटन आणि पुनर्निर्माण याबाबतीतले जर्मनीचे नियम अतिशय कठोर आहेत. पाणी आणि ऊर्जा या नैसर्गिक स्रोतांचा उचित वापर करण्याकडे तिथल्या उद्योजकांचं विशेष लक्ष असतं. कारखान्यांच्या कार्बन उत्सर्जनाच्या प्रमाणावर त्यांना हरित प्रमाणपत्र, म्हणजेच ग्रीन सर्टिफिकेशन देण्यात येतं. भावी पिढ्यांसाठी आदर्श पर्यावरण निर्माण करण्यासाठी प्रत्येक जर्मन नागरिक झटत असतो.

उद्योजकतेतील दूरदृष्टी

स्टार्टअप संस्कृती जर्मनीत विशेषतः बर्लिन, म्युनिक, हॅम्बर्ग, फ्रँकफुर्ट या शहरांमध्ये वेगानं वाढते आहे. मध्यम व लघु उद्योग हे जर्मनीच्या अर्थव्यवस्थेचा कणा मानले जातात. तिथल्या सरकारकडून लघु उद्योग, स्टार्टअप्सना निधी, कर सवलती आणि संशोधन साह्य केलं जातं. तंत्रज्ञान, फिनटेक, एआय, ई-कॉमर्स या क्षेत्रांमध्ये स्टार्टअप्स वेगानं प्रगती करत आहेत.

'कोविड-१९' महामारीनं जगातले अनेक देश हादरवून सोडले, त्याचप्रमाणे जर्मन उद्योगांनाही धक्का दिला; परंतु त्यातून धडा घेत जर्मनीनं डिजिटलायझेशन वेगानं स्वीकारलं. पुरवठा साखळी पुन्हा रचली, स्थानिक उत्पादनाला चालना दिली, कामगार संरक्षण अबाधित ठेवलं. यामुळे जर्मन उद्योग अधिक लवचिक आणि स्वीकारार्ह झाले.

भारतात झालेला 'एआय'चा प्रवेश काहीसा नकारात्मक सूर घेऊन आला आहे. माणसाच्या कामाची जागा तंत्रज्ञान घेणार, म्हणजे देशात बेरोजगारी वाढणार असा समज सगळ्याच क्षेत्रांत झालेला दिसतो. जर्मनीसारख्या प्रगत देशांत मात्र यंत्रमानव, एआय, ऑटोमेशन या क्षेत्राकडे मानवी श्रमांना पर्याय म्हणून नव्हे; तर मानवी कष्टाला पूरक ठरणारी यंत्रणा म्हणून पाहतात. ही दृष्टी जर्मन उद्योगांना मानवी श्रम आणि तंत्रज्ञान यांची सांगड घालायला शिकवते.

संपूर्ण कार्बन न्यूट्रल उद्योग, हायड्रोजन-आधारित अर्थव्यवस्था, एआय-संचालित उत्पादन, जागतिक कौशल्य केंद्र, भारतासह आशियाई देशांशी भागीदारी हे जर्मनीच्या औद्योगिक क्षेत्राचं भविष्यातलं ध्येय आहे. जर्मनीतल्या उद्योगांचा प्रवास केवळ आर्थिक कर्तबगारीचा इतिहास नाही, तो संस्कृती, मूल्यव्यवस्था, संशोधन, शिस्त, उच्च दर्जाचं कामगार शिक्षण आणि पर्यावरणपूरक दृष्टी यांचा एकत्रित परिणाम आहे. म्हणूनच जर्मनी जगात कोणत्याही क्षेत्रात प्रतिस्पर्ध्याला

तोंड देऊ शकते. आजचा जर्मन उद्योग म्हणजे परंपरा, तंत्रज्ञान, शाश्वत भविष्य यांचा उत्तम मिलाफ आहे. म्हणूनच तो जगासाठी एक आदर्श मॉडेल ठरतो.

जर्मनीतले उद्योग म्हणजे यंत्रांची गर्दी नव्हे; तर मूल्यांची रचना आहे. शिस्त, संशोधन, सामाजिक जबाबदारी, पर्यावरणप्रेम आणि दीर्घकालीन दृष्टी या पाच स्तंभांवर उभी असलेली ही उद्योगजगताची भव्य इमारत आहे. जग बदलतं आहे, तंत्रज्ञान बदलतं आहे; पण जर्मन उद्योगांचा आत्मा असलेली गुणवत्तेची निष्ठा अढळ आहे. म्हणूनच जर्मनीचा उद्योग भूतकाळाचा वारसा, वर्तमानाचा आधार आणि भविष्याचा मार्गदर्शक ठरतो.

मानसीनं दिलेला जर्मनीच्या उद्योगविश्वाचा डोस मुलांनाच काय, त्यांच्या पालकांनासुद्धा जड झाला होता. ही उद्योग जगताची सफर चांगलीच लांबली होती. संध्याकाळचे पाच वाजत आले होते.

"खूप कंटाळला आहात का आज?" मानसीनं काळजीनं विचारलं. "नाही गं ताई. तू सांगितलंस म्हणून आज आवर्जून या वेगळ्या विषयाबद्दल जाणून घेता आलं." प्रियांका म्हणाली.

"पण ताई, आता जरा बोअर व्हायला लागलंय बरं का. आपण आज थांबू या का? उद्या पुन्हा भेटू आणि मग ऐकू या तुझं जर्मनी पुराण." प्रथमेश जरा धाडसानं म्हणाला. ते ऐकून उपस्थितांमध्ये एकच हशा पिकला.

"हो हो. हे जर्मनीपुराण तर इतक्यात संपणार नाहीच. आणखी अनेक गोष्टी सांगायच्या आहेत तुम्हाला जर्मनीतल्या. उद्या भेटू या बरं का आपण. आता पुरे."

मानसीचं बोलणं संपायच्या आत मुलं खेळायला पळाली. आजचा दिवस सार्थकी लागल्याचं समाधानाचं हसू मानसीच्या चेहऱ्यावर पसरलं आणि उद्या मुलांना काय सांगायचं याचा विचार ती करू लागली.

राखेतून उभं राहिलेलं अर्थकारण

मानसीनं दिलेल्या वेळेच्या थोडं आधीच मुलं जमली होती. काल जर्मनीच्या उद्योगविश्वाबद्दल झालेल्या चर्चेची अजूनही त्यांच्यात रंगलेली चर्चा सुरू होती. "ताई किती छान समजावून सांगते ना! कठीण विषयही अगदी सोपा वाटतो," असं म्हणत मुलं कालच्या गप्पा आठवत होती. हे मानसीनं दूर उभं राहून ऐकलं आणि मुलांना जर्मनीबद्दल उत्सुकता वाटू लागली आहे, याचा तिला आनंद झाला.

थोड्याच वेळात ती सगळ्यांसमोर आली आणि हसत म्हणाली, "चला, आज एका अशा विषयाबद्दल बोलूया, जो प्रत्येक देशाच्या प्रगतीचा पाया असतो. आज जर्मनीच्या अर्थकारणाबद्दल जाणून घेऊ. एका युद्धानंतर जवळपास शून्यात गेलेल्या देशानं पुन्हा उभारी घेत वेगळं स्थान कसं निर्माण केलं." असं मानसीनं जाहीर करताच सगळ्यांमध्ये पुन्हा एकदा उत्सुक शांतता पसरली.

युरोपीय युनियनमधली सर्वांत मोठी अर्थव्यवस्था, जगातली चौथ्या क्रमांकाची औद्योगिक शक्ती आणि 'मेड ईन जर्मनी' हा विश्वासार्हतेचा जागतिक ब्रँड या सर्व विशेषणांनी जर्मनी या देशाची मान उंचावलेली आहे. जर्मनीची अर्थव्यवस्था ही केवळ आकडे, जीडीपी किंवा निर्यात मूल्यांपुरती मर्यादित नाही; ती एका विशिष्ट विचारसरणीवर उभी आहे. शिस्त, दीर्घकालीन नियोजन, गुणवत्तेला प्राधान्य आणि सामाजिक जबाबदारी हे जर्मनीच्या अर्थव्यवस्थेचे आधारस्तंभ आहेत.

अर्थव्यवस्थेची ऐतिहासिक वाटचाल

एकोणिसाव्या शतकात जर्मनी एकसंध राष्ट्र म्हणून उदयास आला. औद्योगिक क्रांतीनं युरोप व्यापला असताना जर्मनीनं लोखंड, कोळसा, रसायनं आणि यांत्रिक अभियांत्रिकी (मशिन इंजिनीअरिंग) या क्षेत्रांत वेगानं प्रगती केली. पहिल्या महायुद्धानंतर जर्मनीला आर्थिक अडचणींना तोंड द्यावं लागलं. हा काळ जर्मन समाजासाठी परीक्षेचा ठरला. अर्थव्यवहाराला शिस्त नसलेलं राष्ट्र कोलमडायला वेळ लागत नाही, हे जर्मनीनं या काळात अगदी जवळून अनुभवलं. सन १९४५ नंतर जर्मनी हा देश अक्षरशः उद्ध्वस्त झाला होता. कारखाने, रेल्वे यंत्रणा, शहरांची रचना सर्व काही मोडकळीला आलं होतं; पण याच राखेतून जन्माला आली एक विलक्षण आर्थिक गाथा, Wirtschaftswunder (विर्टशाफ्टसवूंडर) म्हणजेच 'आर्थिक चमत्कार.' मार्शल प्लॅनअंतर्गत मिळालेली मदत, नवीन चलन व्यवस्था (Deutsche Mark), कष्टाळू आणि शिस्तबद्ध कामगार वर्ग, उत्पादनावर आधारित धोरण या सर्वांमुळे केवळ २० वर्षांत जर्मनी युरोपमधली आघाडीची प्रबळ औद्योगिक शक्ती झाला.

जर्मन देशाच्या अर्थव्यवस्थेला संपूर्ण भांडवलशाही किंवा संपूर्ण समाजवादी असल्याचं बिरूद लावता येत नाही. सामाजिक बाजार अर्थव्यवस्था हा जर्मनीनं स्वीकारलेला सोयीचा पर्याय आहे. मुक्त बाजारपेठ असल्यानं व्यावसायिक स्पर्धा निकोप होण्यासाठी उद्योजकांना आपोआप प्रोत्साहन मिळत राहतं. त्याचबरोबर सामाजिक सुरक्षा, कामगारांची सुरक्षा, त्यांच्या हक्कांची जपणूक, पदवीधर बेरोजगार तरुणांसाठी बेरोजगार भत्ता, सर्व नागरिकांसाठी आरोग्यविमा या सर्व बाबींवरून एक महत्त्वाची गोष्ट अशी अधोरेखित होते, की जर्मन नागरिक हा तिथल्या अर्थव्यवस्थेचं केंद्रबिंदू आहे.

BMW, Mercedes-Benz, Volkswagen, Siemens, Bosch, BASF अचूक यंत्रसामग्री (Precision Engineering) ही जर्मनीची ओळख

आहे. 'एकदा करा; पण सर्वोत्तम करा.' हा जर्मन उद्योगांचा मंत्र असल्यामुळे जर्मन उत्पादनं स्वस्त नसली, तरी टिकाऊ आणि विश्वासार्ह असतात.

जर्मनी हा जगातला आघाडीचा निर्यातदार देश आहे. वाहनं, औद्योगिक यंत्रसामग्री, रसायनं, वैद्यकीय उपकरणं या मोठमोठ्या वस्तूंच्या निर्यातीवर जर्मनीच्या अर्थव्यवस्थेची भरभराट झाली आहे. जर्मन अर्थव्यवस्थेचा मोठा भाग जागतिक मागणीवर अवलंबून आहे. त्यामुळे आंतरराष्ट्रीय बाजारपेठेतलं स्थैर्य जर्मनीसाठी अत्यंत महत्त्वाचं आहे.

जर्मनीची बँकिंग व्यवस्था अतिशय काटेकोर आहे. अत्यधिक कर्ज, बेफिकीर खर्च यापासून जर्मन सरकार नेहमीच दूर राहिलं आहे. 'आजची बचत, उद्याची सुरक्षितता' हा विचार जर्मन समाजाच्या रक्तातच भिनलेला आहे. त्यामुळे त्यांचे आर्थिक व्यवहार अत्यंत सुरळीत असतात.

जर्मनीची अर्थव्यवस्था केवळ भांडवल किंवा तंत्रज्ञानावर उभी नाही. ती उभी आहे कुशल, प्रशिक्षित आणि शिस्तबद्ध कामगार वर्गावर. जर्मनीतलं कामगार धोरण हे जगासाठी एक आदर्श मानलं जातं. यामागचा सर्वांत महत्त्वाचा घटक म्हणजे ड्युएल एज्युकेशन सिस्टीम. या व्यवस्थेत दिवसातला अर्धा वेळ विद्यार्थी शाळा किंवा प्रशिक्षण संस्थेत शिकतो, उरलेला अर्धा वेळ थेट उद्योगात काम करून प्रशिक्षण घेतो. यामुळे शिक्षण घेतानाच विद्यार्थ्यांचा रोजगार पक्का होतो. उद्योगांना कुशल मनुष्यबळ मिळतं. त्यामुळे त्यांची प्रगती वेगानं होते आणि विद्यार्थीदशेत असतानाच रोजगार मिळाल्यानं या देशातली बेरोजगारीची टक्केवारी अगदी कमी आहे.

जर्मनीत व्यापार संघटना (ट्रेड युनियन) आणि उद्योग यांच्यात संघर्षापेक्षा संवाद आणि सहकार्य अधिक दिसतं. त्याची महत्त्वाची वैशिष्ट्यं...

- जर्मनीच्या उद्योगविश्वात एकाधिकारशाही नसल्यानं कामगारांचं वेतन ठरवताना कंपनीच्या उच्चपदस्थ अधिकाऱ्यांची सामूहिक चर्चा होते. यामध्ये कामगारांचादेखील एक प्रतिनिधी असतो. या चर्चेतून कामगारांच्या कामाच्या तासांनुसार आणि त्यांच्या कामातून कंपनीला मिळणाऱ्या मोबदल्यानुसार कामगारांच्या हिताचा विचार करून वेतनाची रक्कम निश्चित केली जाते.
- कामगारांची सुरक्षितता, त्यांचं मानसिक आणि शारीरिक आरोग्य या तिथल्या उद्योगाच्या प्राधान्यक्रमावर असलेल्या गोष्टी आहेत.
- प्रत्येक उद्योगाच्या उभारणीचा पाया हा त्यासाठी अहोरात्र कष्ट करणारा कामगार आहे, हे जर्मन उद्योग संस्कृतीत खोलवर रुजलेलं आहे. त्यामुळेच तिथल्या

कामगारांची आपोआपच विशेष काळजी घेतली जाते. परिणामतः जर्मनीत कामगार असंतोष, संप यांचं प्रमाण तुलनेनं कमी आहे.

जर्मनी आपल्या जीडीपीचा मोठा भाग संशोधन आणि विकासासाठी (R&D) खर्च करतो. यामध्ये सरकार, विद्यापीठं आणि खासगी उद्योग हे तिन्ही घटक एकत्र काम करतात. ऑटोमोबाइल तंत्रज्ञान, यांत्रिक अभियांत्रिकी, रसायनशास्त्र, वैद्यकीय उपकरणं, कृत्रिम बुद्धिमत्ता या विषयावर जर्मनीमध्ये सखोल संशोधनं होत आहेत. ही संशोधनं जगाला आशेचा नवा किरण दाखवतील.

चौथी औद्योगिक क्रांती

'इंडस्ट्री ४.०' ही जर्मनीनं जगाला दाखवलेली उद्योगाची नवी आशादायक वाट आहे. यामध्ये स्मार्ट कारखाने, कृत्रिम बुद्धिमत्ता, स्वयंचलित यंत्रणा यांचा समावेश होतो. डिजिटलायझेशनच्या बाबतीत काहीशी संथ वाटचाल असल्याची टीका जर्मनीवर होते खरी; पण या बाबतीत या देशाचा दृष्टिकोन इतरांपेक्षा थोडा वेगळा आहे. त्यांचा भर डेटा सुरक्षा, गोपनीयता, विश्वासार्ह डिजिटल प्रणाली यावर आहे. 'जलद बदल' आत्मसात करण्यापेक्षा 'सुरक्षित आणि टिकाऊ बदल' हा जर्मनीचा मंत्र आहे.

जर्मनीनं पारंपरिक ऊर्जास्रोतांवरचं अवलंबित्व कमी करून नैसर्गिक स्रोतांचा अधिकाधिक वापर करण्यावर भर दिला आहे. त्यालाच Energiewende अर्थात ऊर्जा हस्तांतरण असं म्हणतात. यामध्ये सौर ऊर्जा, पवन ऊर्जा, जलविद्युत व ऊर्जा कार्यक्षम तंत्रज्ञान यांचा समावेश होतो. जर्मनीतल्या उद्योगांवर पर्यावरणीय जबाबदारी टाकली जाते; पण त्याचबरोबर नव्या संधीही निर्माण केल्या जातात. यातून पर्यावरण रक्षण आणि आर्थिक विकास या विरुद्ध टोकाच्या बाबी नाहीत, पर्यावरण आणि उद्योग एकमेकांच्या हातात हात घालून एकमेकांच्या साथीनं आपापलं अस्तित्त्व सिद्ध करू शकतात हे जर्मनीनं आजतागायत सिद्ध केलं आहे. हरित तंत्रज्ञानाची मोठी चळवळ उभी राहण्याइतपत जर्मनीमध्ये त्याचा वापर केला जातो ही आश्वासक बाब आहे.

जर्मनीमध्ये स्थलांतरित जनतेची संख्या लक्षणीय आहे; परंतु जर्मनी स्थलांतरितांकडे केवळ सामाजिक प्रश्न म्हणून पाहत नाही, तर आर्थिक गरज म्हणून पाहतो. कुशल स्थलांतरित लोक आरोग्य सेवा, माहिती तंत्रज्ञान, अभियांत्रिकी, संशोधन या क्षेत्रांमधून कामं करतात. स्थलांतरितांमुळे जर्मनीच्या अर्थव्यवस्थेत प्रत्येक वेळी नव्यानं प्राण फुंकले आहेत.

जर्मन लोक कोणत्याही उत्पादनातून मिळणाऱ्या कर्जापेक्षा त्यातून मिळणाऱ्या नफ्यावर लक्ष केंद्रित करतात. गुणवत्तापूर्ण उत्पादन हा जर्मन उद्योगाचा गाभा आहे. समाजातल्या दुर्बल घटकांकडे जबाबदारी म्हणून न पाहता देशाच्या अर्थचक्राला दिशा देणारं महत्त्वाचं माध्यम ठरलेल्या जर्मनीतल्या दुर्बल घटकांचा सर्व देशांनी आदर्श घ्यायला हवा. जर्मनीची आर्थिक वाटचाल पाहिली, तर असं लक्षात येतं, की हा देश अचानक बदलांवर विश्वास ठेवत नाही. तो बदल समजून, तपासून आणि शिस्तीत अंमलात आणतो. भविष्यातही हीच भूमिका जर्मन अर्थव्यवस्थेला दिशा देईल.

कृत्रिम बुद्धिमत्ता (एआय) ही संधी आणि आव्हान दोन्ही आहे. या बाबतीत एआयमुळे कामगार बेरोजगार होऊ नयेत, तंत्रज्ञान मानवी कौशल्याला पूरक असावं, निर्णय प्रक्रियेत मानवी नियंत्रण असावं असा जर्मन दृष्टिकोन आहे आणि म्हणूनच जर्मनी हा देश 'एआय'चा वापर करताना नैतिकता, पारदर्शकता, डेटा संरक्षण यांवर विशेष भर देतो.

एकदा आत्मसात केलेलं कौशल्य कधीही विसरलं जात नाही हे जरी खरं असलं, तरीही आपल्या कौशल्यामध्ये सातत्यानं सुधारणा करत राहायला हवी, हे मात्र जर्मनीतल्या लोकांनी अचूक ओळखलं आहे. त्यामुळे जर्मनीमध्ये कामगारांचं नियमित अद्ययावत प्रशिक्षण, उद्योग–शिक्षणसंस्था यांच्या परस्पर सहकार्यानं गुणवत्तापूर्ण उत्पादन करण्यावर भर देणं यांसारख्या जर्मनीच्या उद्योग धोरणांमुळे कामगार बदलांना घाबरत नाहीत, तर त्यांना सामोरं जातात.

'युरोपीय युनियन'मध्ये जर्मनी हा आर्थिक आधारस्तंभ आहे. त्याची भूमिका आर्थिक शिस्तीचा आग्रह, दुर्बल सदस्य राष्ट्रांना मदत, सामूहिक बाजारपेठ मजबूत करणं ही आहे. कधी कधी यामुळे जर्मनीवर प्रमाणापेक्षा जास्त काटेकोर असल्याची टीका होते; पण दीर्घकालीन स्थैर्यासाठी ही भूमिका महत्त्वाची ठरते.

अलीकडच्या काळात जर्मनीनं संरक्षण खर्च वाढवण्याचा निर्णय घेतला आहे. याचा अर्थव्यवस्थेवर दुहेरी परिणाम होतो. एकीकडे संरक्षण उद्योगाला चालना, तंत्रज्ञान विकास हा जर्मनीचा हेतू आहे, तर दुसरीकडे सामाजिक खर्च आणि संरक्षण खर्च यातलं समतोल राखण्याचं मोठं आव्हान त्या देशासमोर आहे. या बाबतीतही जर्मनीनं मध्यम मार्ग स्वीकारलेला दिसतो.

जर्मन अर्थव्यवस्थेचा आत्मा समाजात दडलेला आहे. वेळेवर कर भरणं, सरकारी नियमांचं पालन करणं, सार्वजनिक संपत्तीचा सन्मान करणं हे जर्मन नागरिक आपलं कर्तव्य मानतात. जर्मन लोकांमध्ये असलेल्या या खरेपणामुळेच तिथल्या अर्थव्यवस्थेला गती प्राप्त झाली आहे.

जागतिक संकटं आणि देशाचा संयम

एखाद्या संकटाच्या वेळी परिस्थितीचा सर्व बाजूंनी विचार करून शांतपणे निर्णय घेणं आणि मग तो अंमलात आणणं हा जर्मनीच्या सुखाचा मंत्र आहे. महामारी, युद्ध, मंदी या सर्व संकटांत जर्मनीनं नेहमीच घाईघाईचे निर्णय टाळले आहेत. जर्मनीच्या या शांतपणाची अनेकदा टिंगल केली जाते; परंतु संकटांच्या वेळी त्यांच्यामध्ये असलेल्या याच शांतपणानं तोडगे निघतात.

कौशल्याधारित शिक्षण, उद्योग–शिक्षण सहकार्य, लघु उद्योगांचं संरक्षण, दीर्घकालीन धोरणं या भारतानं जर्मनीकडून शिकण्यासारख्या गोष्टी आहेत. जर्मनीची अर्थव्यवस्था ही केवळ आकड्यांची गोष्ट नाही, ती जर्मन लोकांच्या श्रमाची कथा, त्यांच्या शिस्तीचा विजय आणि संयमाची ताकद आहे. उद्योगातलं स्थैर्य हा कुठलाही चमत्कार नसतो, तो असतो सातत्यपूर्ण प्रयत्नांचा परिपाक. हेच जर्मनीच्या उदाहरणावरून आपल्याला दिसतं.

जगात अनेक अर्थव्यवस्था झपाट्यानं वर जातात आणि तितक्याच झपाट्यानं खाली येतात. जर्मनी मात्र हळूहळू पुढे जातो; परंतु यशाच्या शिखरावर पाय रोवून उभा राहतो. म्हणूनच, जर्मनीची अर्थव्यवस्था ही केवळ आजची यशोगाथा नाही, तर उद्याचा विश्वास आहे.

शिष्टाचाराची संस्कृती

कोणत्याही देशाचं कामकाज सुलभ होण्यासाठी त्याचे काही शिष्टाचार असतात. जर्मन जनतेमध्ये मुळातच एक शिस्त आहे. त्यामुळे कार्यालयीन शिष्टाचार म्हणजे काम सुलभ करण्यासाठी निर्माण झालेली शिस्त, स्पष्टता आणि परस्पर सन्मानाची व्यवस्था. ही व्यवस्था व्यक्तीला दडपून टाकत नाही, उलट काम करताना आवश्यक असणारी सुरक्षितता संबंधित व्यक्तीला मिळेल अशी खात्री देते.

१. **कार्यालयीन वेळेचं महत्त्व**

   जर्मनीत कार्यालयीन वेळ म्हणजे व्यावसायिक विश्वासाची चाचणी असते. कामाच्या वेळांच्या बाबतीत जर्मन लोक एकदम काटेकोर असतात. त्यांच्या कार्यालयीन कामकाजाच्या वेळा, विविध व्यावसायिक बैठकांच्या वेळा पूर्वनियोजित असतात. कामाच्या ठिकाणी पोहोचायला उशीर होणं, हे जर्मन शिष्टाचारात बसत नाही. वेळेच्या आधी पोहोचणारी व्यक्ती त्या ठिकाणी उपस्थित असलेल्या सगळ्यांना सन्मान देत असते, अशी धारणा जर्मन लोकांच्या मनात खोलवर रुजलेली आहे.

२. कार्यालयीन अभिवादन

दररोज सकाळी जर्मनीत कार्यालयात आल्यावर गुड मॉर्निंग, गुड डे अशा प्रकारे अभिवादन करण्याची पद्धत आहे. कामाच्या ठिकाणी उपस्थित असलेल्या प्रत्येक व्यक्तीला आदबीनं अभिवादन करणं म्हणजे त्या व्यक्तीची दखल घेणं. हाच जर्मन लोकांचा शिष्टाचार आहे.

३. औपचारिक भाषा आणि संबोधन

जर्मनीतल्या कार्यालयीन वातावरणात भाषा अत्यंत काटेकोरपणे वापरली जाते. जर्मन भाषेतला औपचारिकपणा माणसामाणसांतला भेद नाहीसा करून सर्वांना समान पातळीवर आणतो. हीच या भाषेची मोठी ताकद आहे.

४. संवादातला थेटपणा

स्वरात गोडवा असला, जर्मन लोकांची भाषा रोखठोक आहे. एखाद्या घटनेवर स्वतःचं मत मांडताना जर्मन लोक अजिबात कचरत नाहीत. परिणामांची चिंता न करता आपलं म्हणणं प्रभावीपणे मांडून मोकळं होणाऱ्या जर्मन जनतेचा आपल्या भारतासारख्या देशांना हेवा वाटतो. उदाहरणार्थ, एखाद्या चर्चेमध्ये जर्मन आणि भारतीय यांच्यामध्ये विसंवाद झाल्यास भारतीय टीका करण्याऐवजी मुद्दा पटवून देण्याचा प्रयत्न करेल, तर जर्मन कर्मचारी मतभेदांची पर्वा न करता आपलं म्हणणं स्पष्टपणे मांडून मोकळा होईल.

५. बैठकीतील नियोजन

जर्मनीत मीटिंगपूर्वी अजेंडा ठरलेला असतो. मीटिंगची वेळ निश्चित असते. सहभागी व्यक्ती निश्चित असतात. मीटिंगदरम्यान विषयाबाहेर बोलणं टाळलं जातं, वेळेची मर्यादा काटेकोरपणे सांभाळून प्रत्येकाला बोलण्याची संधी दिली जाते. मीटिंगनंतर निष्कर्ष नोंदवले जातात, जबाबदाऱ्या स्पष्ट केल्या जातात. जर्मनीमध्ये कार्यालयीन बैठकांच्या वेळा अगदी काटेकोरपणे सांभाळल्या जातात. बैठकीमध्ये चर्चेला घ्यायचे मुद्दे, चर्चेत सहभागी असलेल्या सदस्यांची संख्या, विषयाबाहेरचे मुद्दे चर्चेला घेतले जाणार नाहीत याची पुरेपूर काळजी घेणं, बैठक दिलेल्या वेळेत संपवणं या गोष्टी जर्मन कंपन्यांमध्ये अगदी सहज होतात. नियोजनातली शिस्त आपोआपच त्यांच्या कामात उतरते.

६. जबाबदारी आणि स्वायत्तता

एखाद्या कामाची जबाबदारी दिल्यानंतर त्या कामावर इतर कोणीही देखरेख करायची गरज जर्मनीच्या कार्यसंस्कृतीमध्ये पडत नाही. माणसाकडून चुका

होऊ शकतात, त्या सुधारण्याची संधीदेखील मिळायला हवी, या तत्त्वावर विश्वास ठेवून कर्मचाऱ्यांवर बिनदिक्कतपणे जबाबदाऱ्या टाकल्या जातात. एखादी चूक झाल्यास ती पाठीशी घातली जात नाही किंवा त्या चुकीसाठी अपमानही केला जात नाही. काम वेळेत आणि सर्वोत्तम व्हावं एवढाच त्यामागचा हेतू असतो.

७. **कार्यालयीन शांतता आणि एकाग्रता**

जर्मन कार्यालयांमध्ये गोंगाट टाळला जातो. मोठ्यानं बोलणं, आरडाओरडा करणं या गोष्टी तिथल्या कार्यालयांमध्ये अजिबातच होत नाहीत. प्रत्येक जण शांतपणे आपापलं काम करत असल्यानं संपूर्ण एकाग्रतेने काम पूर्ण होतं. कामाचा ताण जाणवत नाही आणि काम अधिक प्रभावीपणे पार पडतं. जर्मनीतले कार्यालयीन शिष्टाचार कठोर वाटू शकतात; पण ती गोंधळ टाळणारी आणि विश्वास निर्माण करणारी व्यवस्था आहे.

जर्मनीतील सामाजिक शिष्टाचार हे मोठ्या घोषणा किंवा औपचारिक शिकवणींतून येत नाहीत. ते दैनंदिन वर्तनातून, सूक्ष्म संकेतांतून आणि शांत पद्धतीनं शिकवले जातात. जर्मनीमध्ये शब्दांपेक्षा माणसांच्या वर्तणुकी अधिक बोलतात. इतरांशी संवाद साधताना आपल्या संवादातून नेमकेपणानं गोष्टी पोहोचवण्यावर आणि समोरच्याच्या मर्यादा ओळखून संवाद साधण्यावर त्यांचा भर असतो. प्रत्येक व्यक्तीच्या खासगी आयुष्याचा योग्य आदर राखण्याची समज जर्मन लोकांमध्ये आहे. व्यक्तिस्वातंत्र्यावर विश्वास असलेल्या जर्मन संस्कृतीमध्ये अनोळखी व्यक्तींना अनावश्यक प्रश्न विचारून भंडावून सोडलं जात नाही. आपल्या सहवासाचा कोणालाही मानसिक त्रास होणार नाही याची काळजी घेतली जाते. हा शिष्टाचार जर्मनीमध्ये नवख्या माणसालाही मानसिक सुरक्षितता देतो.

माणसं एकमेकांना भेटताना अत्यंत आदरानं मिठी मारतात, एकमेकांकडे पाहून हलकं स्मित करतात. आपल्या वागण्या- बोलण्यातून परस्परांचा सन्मान करणं ही बाब जर्मनीमध्ये कटाक्षानं पाळली जाते.

जर्मनीत एखाद्या व्यक्तीला घरी बोलावणं, हे अतिशय सन्मानाचं समजलं जातं. एकमेकांचा मनापासून स्वीकार केलेल्या व्यक्तीच एकमेकांच्या घरी भेटी देतात. घरगुती शिष्टाचारांमध्ये वेळेचं काटेकोर पालन, घरातल्या नियमांचा आदर, शांत, मर्यादित वर्तन अपेक्षित असतं. कोणाच्याही घरात गेल्यावर यजमानांच्या पूर्वपरवानगीशिवाय त्यांच्या खासगी खोल्यांत प्रवेश केला जात नाही. यजमानांच्या

वेळेचा आणि सोयीचा विचार आग्रहानं केला जातो. आदरातिथ्य ही केवळ तोंडदेखली गोष्ट नाही, ते मनापासूनच केलं पाहिजे, याची जर्मनीकरांना जाणीव आहे. त्यानुसारच त्यांची वागणूक असते. भेटवस्तू देणं ही सामाजिक परंपरा इथं साधेपणावर आधारित आहे. भेटवस्तूच्या आकारापेक्षा ती देण्यामागची भावना महत्त्वाची असते. भेटवस्तू देताना तिची उपयोगिता, संबंधित व्यक्तीची आवड आणि त्या वस्तूच्या मूल्याचं भान या गोष्टी प्रामुख्यानं पाहिल्या जातात.

जर्मनीतली सार्वजनिक ठिकाणं ही शिष्टाचारांची जिवंत उदाहरणं आहेत. सार्वजनिक नियमांचं शांतपणे पालन करणं हे जर्मन जनतेच्या वृत्तीत उपजत असल्यानं रस्ते, बस, ट्रेन, उद्यानं, दुकानं अशा सर्व ठिकाणी सार्वजनिक मालमत्तेची काळजी घेतली जाते. शांतता हा जर्मनीतल्या सामाजिक जीवनाचा अत्यंत महत्त्वाचा घटक आहे. त्यामुळे सामाजिक शांतता ही कायद्याच्या धाकानं नव्हे; तर स्वयंप्रेरणेनं पाळण्याची महत्त्वाची बाब आहे हे जर्मन लोकांना वेगळं शिकवावं लागत नाही. तिथली शांतता कधीही रूक्ष वाटत नाही; उलट ती जर्मनीतल्या समाजजीवनातील सजग सभ्यतेची खूण आहे.

जर्मनीमध्ये स्वच्छता ही केवळ नियमांची अंमलबजावणी नाही, तर सामाजिक जबाबदारी मानली जाते. पर्यावरण संरक्षण शालेय जीवनापासून शिकवलं जात असल्यानं कचऱ्याचं वर्गीकरण, सार्वजनिक जागांची निगा राखणं, आपलं घर आणि परिसर स्वच्छ ठेवणं हे सर्व शिष्टाचार लहानपणापासून सवयींच्या रूपात रुजवले जातात. चूक लहान असो वा मोठी, जर्मन लोक पटकन माफी मागून मोकळे होतात. त्यांच्या नात्यांमधल्या अपेक्षा स्पष्ट असतात. स्पष्टवक्तेपणा या अंगभूत गुणामुळे इथं लोकांची लवकर मैत्री होत नाही, हे जरी खरं असलं, तरीही झालेली मैत्री दीर्घ काळ टिकते. मैत्री म्हणजे सतत संपर्क नव्हे, तर गरजेच्या वेळी आधार अशी जर्मन लोकांची धारणा आहे.

जर्मनीच्या सामाजिक कार्यक्रमांमध्ये वेळेचं भान, तोलून-मापून बोलणं आणि कार्यक्रमाच्या स्वरूपानुसार वर्तन अपेक्षित असतं. एखाद्या प्रसंगात अतिभावनिक होऊन व्यक्त होणं किंवा अगदीच कोरडी प्रतिक्रिया देणं, या दोन्ही गोष्टी जर्मन लोक टाळतात. जर्मनीतला सामाजिक शिष्टाचार वरवर पाहता कडक वाटत असला, तरीही त्यामुळे जर्मन समाजात राहणाऱ्या लोकांचं सहअस्तित्व सुलभ होतं. हे शिष्टाचार माणसांच्या नियंत्रणाचं साधन नाही, तर एकमेकांचं स्वातंत्र्य जपण्याची ती इथली पद्धत आहे. जर्मनीतले कार्यालयीन आणि सामाजिक शिष्टाचार वेगळे वाटत असले, तरी त्यांच्या मुळाशी परस्पर आदर आणि स्पष्टपणा हेच तत्त्व

आहे. अनेकदा नियम आणि माणुसकी हे एकमेकांचे विरोधी शब्द वाटतात; परंतु नियम योग्य असले, तर माणुसकी शाबूत राहते हेच जर्मनीच्या समाजजीवनातून ठळकपणे दिसून येतं. जर्मनीतली लहान मुलंसुद्धा सिग्नल पाळण्याचं महत्त्व जाणतात. सार्वजनिक ठिकाणी गोंगाट होणार नाही याची दक्षता घेतात, इतरांच्या वस्तूंना त्यांच्या परवानगीशिवाय हात लावत नाहीत.

आजच्या बदलत्या युगात तंत्रज्ञान, स्थलांतर, बहुसांस्कृतिक समाज यामुळे प्रत्येक देशाच्या सामाजिक रचनेवर परिणाम होत आहे, तरीही जर्मनीतले शिष्टाचार टिकून आहेत. कारण ते काळानुसार असले, तरीही त्यांची मूळ तत्त्वं बदलत नाहीत. जर्मन समाजात खोलवर रुजलेली स्पष्टता, शिस्त, आदर आणि स्वातंत्र्य ही मूल्यं कालातीत आहेत. जर्मनीकडे पाहताना आपल्याला नियम, वेळापत्रकं आणि शिस्त या गोष्टी ठळकपणे दिसतात. या सगळ्यांच्या आड संवेदनशील समाज दडलेला आहे, जो गोंधळ टाळतो, संघर्ष कमी करतो आणि माणसाला सुरक्षित चौकट देतो. म्हणूनच जर्मनीमध्ये शिष्टाचार हे बंधन नाही, ती सहजीवनाची कला आहे.

मानसी जर्मनीच्या अर्थकारणावर आणि तिथल्या शिष्टाचारांबद्दल अगदी आत्मीयतेनं बोलत होती. एवढी शिस्तप्रिय व्यवस्था असूनही त्या शिस्तीतून लोकांचं सहजीवन किती सुंदरपणे घडतं, हे ऐकून सगळेच प्रभावित झाले होते.

"जर्मनीमध्ये राहताना काही गोष्टी आवर्जून पाळाव्या लागतात. त्या सांगा बरं?", मानसी म्हणाली. मुलांनीच उत्तरं द्यायला सुरुवात केली. "शिस्त पाळावी लागते," अनुष्का म्हणाली. "पर्यावरणाची काळजी घ्यावी लागते," प्रियांकानं भर घातली. "शेजाऱ्यांना त्रास होणार असेल, तर आधी सांगत असतील ना?" मयुरेशनं विचारलं.

"अगदी बरोबर," मानसी हसत म्हणाली. "तसंच तिथली भाषा समजून घेणं, सार्वजनिक ठिकाणी शांतता राखणं आणि इतरांच्या वैयक्तिक अवकाशाचा आदर करणंही महत्त्वाचं असतं." तिनं पुढे सांगितलं की, सार्वजनिक ठिकाणी मोठ्यानं बोलणं, मोबाइलचा आवाज मोठा ठेवणं हे टाळलं जातं. अशा अनेक छोट्या गोष्टींमधून जर्मनीची शिस्त आणि परस्पर आदराची संस्कृती उभी राहते. अर्थकारणाचाही तोच तर पाया आहे हे मुलांना आज नव्यानं समजलं.

वाहतुकीतली शिस्त

"ताई, जर्मनीमध्येही इथल्यासारखी वाहतूक कोंडी होते का ग? तिथंही लोक असेच हॉर्न वाजवतात का? तिथं रस्ते खूप मोठे असतात, तर गाड्याही भरधाव वेगानं जात असतील ना?"

मुलांच्या प्रश्नांची सरबत्ती सुरू झाली. मानसीनं सगळ्यांना शांत करत मानसी सांगू लागली, "जर्मनी हा देश शिस्त, वेळेचा काटेकोरपणा आणि तांत्रिक प्रगती यासाठी जगभर ओळखला जातो. मात्र, या सर्व गुणांचा सर्वांत ठळक प्रत्यय येतो, तो जर्मनीतल्या वाहतूक व्यवस्थेमधून. इथली वाहतूक हे समाजाच्या शिस्तीचं, नागरिकांच्या जबाबदारीचं आणि आधुनिक विचारसरणीचं प्रतीक आहे. कडक शिस्त हा जर्मनीचा आत्मा असल्यानं तिथल्या वाहतूक व्यवस्थेतही त्या शिस्तीचं प्रतिबिंब दिसतं."

हे सांगितल्यावर सगळ्यांचेच चेहरे नेहमीप्रमाणे उत्सुक झाले.

जर्मनीची रेल्वे वाहतूक व्यवस्था म्हणजे देशाच्या एकात्मतेचा कणा आहे. Deutsche Bahn (DB) ही सरकारी-खासगी भागीदारीतून चालणारी संस्था संपूर्ण देशातलं रेल्वे संचालन करते. जर्मनीतलं प्रत्येक लहान-मोठं शहर, औद्योगिक केंद्र, पर्यटनस्थळ आणि सीमावर्ती भाग रेल्वेनं जोडलेला आहे. रेल्वेचा वापर जर्मनीत केवळ लांब पल्ल्याच्या प्रवासासाठीच नव्हे, तर दैनंदिन जीवनासाठीही मोठ्या प्रमाणावर केला जातो. ऑफिसला जाणारे कर्मचारी, शाळा-महाविद्यालयीन विद्यार्थी, व्यावसायिक, ज्येष्ठ नागरिक आणि पर्यटक आदी सर्वांसाठी रेल्वे हा एक विश्वासार्ह पर्याय आहे. InterCity Express (ICE) ही जर्मनीची सर्वांत प्रसिद्ध आणि अभिमानास्पद रेल्वे सेवा आहे. ICE ही केवळ एक ट्रेन नसून, जर्मन अभियांत्रिकी कौशल्याचं चालतं-बोलतं उदाहरण आहे.

इंटरसिटी एक्स्प्रेसनं पर्यटकांना अत्यंत शांतपणे आणि स्थिर प्रवास करता येतो. त्यामध्ये असलेली प्रशस्त आणि आरामदायी आसनव्यवस्था, रेल्वेतलं वायफाय आणि चार्जिंग पॉइंट्स, प्रवाशांच्या सोयीचे वाचनासाठीचे मंद दिवे, रेल्वेमध्ये खानपानाची व्यवस्था असलेले रेस्टॉरंट्स, कौटुंबिक प्रवासासाठी रेल्वेमध्ये असलेल्या विशेष सोयी, अपंगांसाठी पूरक व्यवस्था या काही वैशिष्ट्यांमुळे इंटरसिटीचा प्रवास अविस्मरणीय होतो. ताशी २५० ते ३०० किलोमीटर वेगानं धावणारी इंटरसिटी एक्स्प्रेस हा पर्यटकांचा आकर्षण बिंदू आहे. म्युनिक ते बर्लिन, फ्रँकफुर्ट ते हॅम्बुर्ग, कोलोन ते स्टुटगार्ट अशा लांबच्या शहरांमधील प्रवास ICEमुळे काही तासांत शक्य होतो. त्यामुळे जर्मनीत एकाच दिवशी दुसऱ्या शहरात जाऊन परत येणं ही सामान्य गोष्ट मानली जाते. इंटरसिटी एक्स्प्रेसनं देशांतर्गत प्रवास सुलभ होतो, त्याप्रमाणे युरोसिटी एक्सप्रेसनं जर्मनी हा देश इतर युरोपीय देशांशी जोडला जातो. जर्मनीतली रेल्वे व्यवस्था केवळ राष्ट्रीयच नव्हे; तर आंतरराष्ट्रीय स्तरावर महत्त्वाची ठरते.

जर्मन नागरिकांच्या दैनंदिन जीवनात सर्वाधिक वापरली जाणारी रेल्वे सेवा म्हणजे Regionalbahn (RB), रिजनल एक्सप्रेस (RE) आणि S-Bahn. या रेल्वे गाड्या शहर, उपनगर आणि आसपासच्या गावांना जोडतात. ऑफिसला जाणारे कर्मचारी, विद्यार्थी, दुकानदार आणि सेवा क्षेत्रांतील लोक याच गाड्यांवर अवलंबून असतात. विशेषतः मोठ्या शहरांमध्ये S-Bahn ही रेल्वे अत्यंत महत्त्वाची भूमिका बजावते. ती शहराच्या मध्यभागाला उपनगरांशी जोडते आणि मेट्रो व बस व्यवस्थेशी जोडून घेऊन कार्य करते.

उ-बान (U-Bahn) म्हणजे उंटरग्रुंडबान (Untergrundbahn)

म्हणजेच भूमिगत धावणारी शहरी रेल्वे. बर्लिन, म्युनिक, हॅम्बुर्ग, फ्रँकफुर्ट यांसारख्या मोठ्या शहरांमध्ये U-Bahn ही शहराची जीवनवाहिनी आहे. या शहराला मुळात शिस्त असल्यानं रेल्वे फलाटावर माणसांची गर्दी झाली, तरी गोंधळ नसतो. सगळे प्रवासी शिस्त पाळत असल्याने आणि सगळ्या रेल्वे गाड्या अगदी वेळेवर ये-जा करत असल्यानं तिथली वाहतूक व्यवस्था सुलभ असते. जर्मनीतली U-Bahn प्रणाली अत्यंत कार्यक्षम आहे.

सरासरी ३ ते ७ मिनिटे या वेळात फलाटावरून ये-जा करणाऱ्या रेल्वे, स्वच्छ, पुरेसा प्रकाश असलेली सुरक्षित स्थानकं, फलाटावर लावलेली डिजिटल माहिती फलकं आणि नकाशे, स्थानकावर वरच्या बाजूला जाण्यासाठी लिफ्ट, एस्केलेटरची सुविधा, त्याचबरोबर अपंगांसाठी व्हीलचेअरची सुविधा, आपत्कालीन परिस्थितीत मार्ग काढण्यासाठी आपत्कालीन कॉल सिस्टीम मदत करते. U-Bahn मुळे शहरातल्या रस्त्यांवरचा वाहतुकीचा ताण मोठ्या प्रमाणावर कमी होतो. त्यामुळे प्रदूषण कमी होऊन वेळेची बचत होते.

U-Bahn ही केवळ वाहतूक व्यवस्था नसून, शहरी संस्कृतीचा भाग आहे. सकाळी ऑफिसला जाणारे कर्मचारी, दुपारी शाळेतून परतणारी मुले, संध्याकाळी थिएटर किंवा मैफिलीसाठी जाणारे लोक, सर्व जण U-Bahnचा वापर करतात. जर्मनीत U-Bahnमध्ये मोठ्याने बोलणं, फोनवर गोंधळ घालणं किंवा इतरांना त्रास देणं गैर समजलं जातं. त्यामुळे प्रवास शांत आणि तणावमुक्त असतो.

ट्राम ही जर्मनीतली एक पारंपरिक वाहतूक व्यवस्था आहे. म्युनिक, ड्रेझ्डेन, फ्रायबुर्ग, स्टुटगार्ट, हॅनोव्हर यांसारख्या शहरांमध्ये ट्राम ही दैनंदिन जीवनाचा अविभाज्य भाग आहे. पूर्णपणे इलेक्ट्रिक आणि प्रदूषणमुक्त असलेली ट्राम जर्मनीतल्या शहरातल्या अरुंद रस्त्यांसाठी योग्य आहे. ट्रामनं अत्यंत शांततेत प्रवास होत असल्यानं वयस्कर व्यक्तींसाठी ते अत्यंत योग्य असं प्रवासाचं साधन आहे. ट्रामचा वेग जरी मेट्रोइतका नसला, तरी ती शहराच्या मध्य भागातून जात असल्यामुळे थेट आणि सोयीस्कर प्रवास होतो. जर्मनीच्या पर्यावरणविषयक धोरणात ट्रामला विशेष स्थान आहे. कारच्या वापरामुळे होणारं प्रदूषण कमी करण्यासाठी अनेक शहरांनी ट्रामचे मार्ग वाढवले आहेत. ट्राममुळे कार्बन उत्सर्जन कमी होतं, इंधनाची बचत होते. पर्यायानं शहर अधिक राहण्यायोग्य होतं. म्हणूनच ट्राम ही केवळ वाहतूक सेवा नसून, शाश्वत विकासाची संकल्पना आहे.

रेल्वे, U-Bahn आणि ट्राम या तिन्ही वाहतूक साधनांमधून जर्मनीची शिस्त, नियोजन आणि पर्यावरणाविषयीची जागरूकता स्पष्टपणे दिसून येते. या

व्यवस्था केवळ तांत्रिक नव्हे, तर सामाजिकदृष्ट्याही अत्यंत परिपक्व आहेत. जर्मनीतल्या वाहतूक व्यवस्थेचा एक अत्यंत महत्त्वाचा घटक म्हणजे बससेवा. रेल्वे, U-Bahn आणि ट्राम जिथं पोहोचू शकत नाहीत, तिथं बस पोहोचते. विशेषतः ग्रामीण भागात आणि लहान शहरांमध्ये बस हेच नागरिकांच्या वाहतुकीचं मुख्य साधन असतं. जर्मनीतली बस व्यवस्था ही वेळेची अचूकता, स्वच्छता आणि प्रवासी-सुविधा यासाठी प्रसिद्ध आहे. बस थांब्यावर असलेल्या डिजिटल फलकांवर दिवसभराच्या बसेसचं वेळापत्रक झळकत राहतं. त्यामुळे प्रवाशांना अनिश्चिततेचा त्रास होत नाही. जर्मनीत बसचालक आणि प्रवासी यांच्यातील नातंसुद्धा सुसंस्कृत असतं. प्रवासी बसमध्ये चढताना चालकाला अभिवादन करतात आणि उतरताना डांकं (Danke) म्हणजे धन्यवाद म्हणतात ही लहानशी गोष्ट जर्मन संस्कृतीतील परस्पर सन्मान दर्शवते.

रेल्वेच्या जोडीला जर्मनीत FlixBus ही खासगी लांब पल्ल्याची बससेवा अत्यंत लोकप्रिय आहे. विद्यार्थी, पर्यटक आणि कमी बजेटमध्ये प्रवास करणाऱ्यांसाठी ही सेवा वरदान ठरते. रेल्वेच्या तुलनेत फ्लिक्स बसला कास्त वेळ लागत असला, तरीही प्रवासखर्च कमी असल्यानं बहुतांश लोक बसनं प्रवास करण्याचा पर्याय निवडतात. जर्मनीमध्ये सातत्यानं होत असलेल्या अद्ययावत तंत्रज्ञानाच्या प्रगतीचे साक्षीदार असलेल्या Autobahn. Mercedes-Benz, BMW, Audi, Porsche, Volkswagen या जगप्रसिद्ध ब्रँड्सचा जन्म जर्मनीतच झाला. त्यामुळे कार ही जर्मनीच्या राष्ट्रीय अस्मितेचा भाग आहे.

जर्मनीमध्ये अत्युत्कृष्ट दर्जाचे रस्ते असल्यानं तिथल्या महामार्गांचं जाळं अतिशय सुसज्ज आहे. शिस्त हा जगण्याचा भाग असलेल्या जर्मनीमध्ये चालकाचं वेगाच्या बाबतीतलं स्वयंनियंत्रण अफाट आहे. एकमेकांच्या सोयीनं वाहन चालवण्याची शिस्त त्यांच्यामध्ये असल्यानं तिथल्या अनेक भागांमध्ये गाडी चालवणाऱ्यासाठी ठरावीक वेगमर्यादेचं पालन करण्याची सक्ती नाही. एखाद्या नवख्या जर्मनवासियालादेखील सहजपणे फिरता येईल, असे साइनबोर्ड जर्मनीमध्ये सगळीकडे लावलेले दिसतात. त्याचबरोबर रस्त्यांची वेळोवेळी देखभाल होत असल्यानं प्रवाशांच्या सुरक्षिततेची वेगळी काळजी करावी लागत नाही. वेगमर्यादा नसली, तरी Autobahn, म्हणजेच महामार्गावर अपघातांचं प्रमाण तुलनेने कमी आहे. कारण जर्मन चालक नियमांचं काटेकोर पालन करतात. उजवी बाजू फक्त ओव्हरटेकसाठी वापरणं, लेनची शिस्त पाळणं आणि वाहनाची योग्य देखभाल करणं या सर्व गोष्टी जर्मनीमध्ये अगदी आवर्जून केल्या जातात.

जर्मनीमध्ये वैयक्तिक प्रवासासाठी वापरण्यात येणारी कार हा प्रवासासाठीचा केवळ आरामदायी पर्याय नसून, तो तिथल्या नागरिकांची आवड आणि गरज यांचा उत्तम मेळ साधलेला पर्याय आहे. तथापि, सार्वजनिक वाहतूक अधिक सोयीस्कर असल्यानं आणि त्यानं पर्यावरणाला तुलनेनं कमी धोका असल्यानं वैयक्तिक वाहतुकीपेक्षा जास्त सार्वजनिक वाहतूक व्यवस्थेचा उपयोग केला जातो. अनेक जर्मन नागरिकांकडे कार असूनही ते रोजच्या प्रवासासाठी रेल्वे, U-Bahn किंवा सायकलचा वापर करतात.

रेल्वे, बस, कार याप्रमाणेच सायकलचादेखील जर्मन लोक मोठ्या प्रमाणात वापर करतात. विद्यार्थीदशेत गंमत म्हणून किंवा एक कौशल्य आत्मसात करण्याच्या दृष्टीनं सायकलीचा वापर करणं एवढीच सायकलशी असलेली जवळीक आपल्याकडे परिचित आहे. सायकल या वाहनाकडे पाहण्याचा भारतीयांचा दृष्टिकोन संबंधित व्यक्तीच्या आर्थिक स्तराशी जोडलेला आहे. जर्मनीतली सायकल संस्कृती मात्र जगभरात आदर्श मानली जाते. जर्मनीमध्ये सायकलीचा संबंध ती वापरणाऱ्याच्या आर्थिक मिळकतीशी अथवा सामाजिक स्थानाशी नसून, त्याच्यामध्ये रुजलेल्या पर्यावरणीय जाणिवांचं ते प्रतीक आहे. जर्मनीमध्ये सायकलस्वारांसाठी स्वतंत्र मार्ग आखून दिलेला आहे. त्यांच्यासाठी स्वतंत्र पार्किंगची व्यवस्था, रेल्वे स्थानकाजवळ स्वतंत्र सायकल स्टँड आणि विशेष म्हणजे स्वतंत्र सिग्नल व्यवस्था केलेली आहे.

फ्रायबुर्ग, बर्लिन, म्युनिक, हॅम्बुर्ग ही शहरं 'सायकल-फ्रेंडली' म्हणून ओळखली जातात. अनेक ठिकाणी कारपेक्षा सायकलला प्राधान्य दिलं जातं. जर्मनीत सायकल चालवतानासुद्धा नियम काटेकोरपणे पाळले जातात. पदपथावरून सायकल चालवता येत नाही. सायकल मार्गावरून कुणीही चालत जाऊ नये, असा तिथला दंडक आहे. त्याचबरोबर सायकलस्वारांनी सिग्नल, लाइट्स आणि हेल्मेट यांचे नियम पाळणं अपेक्षित असतं. यामुळे सायकल आणि इतर वाहतूक यांच्यात संघर्ष कमी होतो आणि सुरक्षितता वाढते.

जर्मनीनं वाहतूक क्षेत्रात पर्यावरणपूरक धोरण स्वीकारलं आहे आणि त्यात वाहतुकीची भूमिका अत्यंत महत्त्वाची आहे. जर्मनीत सरकारकडून आर्थिक अनुदान, चार्जिंग स्टेशनचं विस्तृत जाळं, कमी खर्च, शून्य धूर आणि कमी आवाज यामुळे इलेक्ट्रिक कार, इलेक्ट्रिक बस आणि ई-बाइक्स यांचा वापर झपाट्यानं वाढत आहे. अनेक शहरांमध्ये सार्वजनिक बस आणि ट्राम आधीच पूर्णपणे इलेक्ट्रिक झाल्या आहेत. आजचा जर्मन तरुण 'माझी कार'पेक्षा 'माझा प्रवास' या

संकल्पनेवर विश्वास ठेवतो. म्हणून कार-शेअरिंग, राइड-शेअरिंग, मल्टिमॉडेल प्रवास (एकाच प्रवासात वेगवेगळी साधनं) यांचा वापर करतो. यामुळे वाहनांची संख्या मर्यादित असली, तरीही प्रवास अधिक कार्यक्षम झाला आहे. बस सेवा, Autobahn, कार संस्कृती, सायकल आणि हरित वाहतूक या सर्व घटकांमधून जर्मनीची व्यावहारिक आणि भविष्यकालीन वाहतूक नीती स्पष्ट होते. इथल्या वेगालाही एक शिस्त आहे, स्वातंत्र्याबरोबर येणाऱ्या जबाबदारीचं नागरिकांना आहे आणि विकासाला पर्यावरणाची जोड आहे.

जर्मनी हा केवळ कामकाजासाठी नव्हे, तर पर्यटनासाठीही अत्यंत लोकप्रिय देश आहे. ऐतिहासिक शहरं, संग्रहालयं, किल्ले, नद्या, संगीत आणि आधुनिक जीवनशैली यांचा संगम जर्मनीचं स्थान इतरांपेक्षा ठरवतो. मात्र, या सर्व अनुभवांचा खरा आनंद मिळतो, तो सोप्या आणि नीटनेटक्या वाहतूक व्यवस्थेमुळे. वेलकम कार्ड आणि हॉप-ऑन, हॉप-ऑफ बस या दोन वाहतूक व्यवस्थांमुळे जर्मन पर्यटकांना प्रवास सर्वांत सुरक्षित वाटतो.

'वेलकम कार्ड' ही जर्मनीतल्या प्रमुख शहरांमध्ये (बर्लिन, म्युनिक, हॅम्बुर्ग, कोलोन इ.) उपलब्ध असलेली पर्यटकांसाठीची विशेष योजना आहे. वेलकम कार्ड म्हणजे वाहतूक तिकीट + सवलत पास यांचा एकत्रित पर्याय. पहिल्यांदा जर्मनीत येणाऱ्या पर्यटकासाठी हे कार्ड अतिशय उपयुक्त ठरतं. कारण त्यामुळे प्रवास सुलभ होऊन खर्चही कमी येतो.

'वेलकम कार्ड' घेतल्यावर पर्यटकांना अमर्यादित वाहतुकीचे पर्याय आणि सुरक्षित प्रवास, विविध पर्यटनस्थळांवर विशेष सवलती, संग्रहालयं, कला दालनं, प्राणी संग्रहालयं, ऐतिहासिक इमारती, होडीतून प्रवास, थिएटर शो यांवर साधारणतः २०% ते ५०% सूट, ठरावीक वयापर्यंत मोफत प्रवास अशा अनेक सवलती मिळतात. 'वेलकम कार्ड'मुळे फिरताना वेगवेगळ्या ठिकाणी वेगवेगळी तिकिटं काढण्याचा त्रास टळतो, खर्चाचं नियोजन सोपं होतं. शहर अधिक आत्मविश्वासानं फिरता येतं. थोडक्यात, वेलकम कार्ड म्हणजे 'जर्मनीतली विविध शहरं अनुभवण्यासाठी एक विश्वासार्ह पासपोर्ट' आहे.

'हॉप-ऑन, हॉप-ऑफ' ही खास पर्यटन बस सेवा आहे. ती आपल्याला जर्मनीतल्या शहरांचं दर्शन घडवते. हव्या त्या थांब्यांवर पर्यटक या बसमध्ये चढू शकतात (Hop-On) आणि हव्या त्या थांब्यावर उतरू शकतात (Hop-Off). ही सेवा विशेषतः बर्लिन, म्युनिक, फ्रँकफुर्ट, हॅम्बुर्ग यांसारख्या शहरांमध्ये अत्यंत लोकप्रिय आहे.

वाहतूक नियम आणि सामाजिक शिस्त

जर्मनीतली वाहतूक व्यवस्था इतकी सुरळीत चालते, कारण नियम हे केवळ कायदे नसून, सामाजिक मूल्यं मानली जातात. पादचारी सिग्नल हिरवा झाल्याशिवाय रस्ता न ओलांडणं, सीटबेल्टचा वापर न टाळणं, वाहन चालवताना मोबाइलचा वापर टाळणं, दारू पिऊन वाहन चालवल्यास कठोर शिक्षा उपभोगण्याची तयारी असणं, सायकल लेनमध्ये पादचाऱ्यांना प्रवेश नाकारला आहे याची जाणीव ठेवून वर्तन करणं, हे प्रमुख वाहतूक नियम जर्मनीत कटाक्षानं पाळले जातात.

सन २०४५पर्यंत जर्मनीचं कार्बन उत्सर्जन शून्यावर आणून ठेवणं, हे या देशाचं प्रमुख ध्येय आहे. रेल्वेची अचूकता, U-Bahn ची कार्यक्षमता, ट्रामचं सौंदर्य, बसची विश्वासार्हता, आऊटोबानचा रोमांच, सायकलची हरित संस्कृती, Welcome Cardची सोय आणि Hop-On Hop-Offची पर्यटनमूल्यं या सर्व घटकांनी मिळून जर्मनीतला प्रवास मैत्रीपूर्ण आणि शिस्तप्रिय होतो. जर्मनीतली वाहतूक व्यवस्था केवळ भौतिक पायाभूत सुविधा नसून, ती विचारांची, संस्कृतीची आणि जबाबदारीची व्यवस्था आहे.

आज मानसीकडून जर्मनीतल्या वाहतूक व्यवस्थेविषयी ऐकून मुलांच्या मनात जर्मनीला फिरायला जाण्याच्या इच्छा पल्लवित होऊ लागल्या होत्या. 'सुट्टी आहे तोवर एकदा जाता येईल का मानसीताईबरोबर?' अनुष्का मनात विचार करू लागली. 'एकदा जर्मनीत सायकल चालवून पाहायला हवी. रिकाम्या रस्त्यावर भरधाव सायकल चालवण्याचा आनंद घ्यायला हवा.' मयुरेशच्या कल्पनेचे पक्षी मुक्त विहार करू लागले.

"तुम्हालाही जर्मनीला जायची इच्छा झाली असेल ना?" मानसीनं मुलांच्या मनातल्या प्रश्नालाच हात घातला. त्याचबरोबर उद्या जर्मनीतल्या सुरक्षा व्यवस्थेविषयी बोलणार असल्याचंही तिनं सांगितलं. मानसीकडून दिवसेंदिवस मिळणारी जर्मनीची माहिती मुलांना फारच आवडत होती. आज ऐकलेल्या माहितीचा गप्पांमध्ये ओझरता उल्लेख झाला, म्हणजेच जर्मनीतली वाहतूक व्यवस्था त्यांच्या मनात झिरपली असल्याचं समाधान त्यांच्या पालकांना मिळालं.

सुरक्षा व्यवस्थेची कहाणी

"ताई, कालची माहिती तर भारीच होती! पण एवढा मोठा देश... तिथं लोक सुरक्षित कसे राहतात? पोलिस सतत रस्त्यावर असतात का?"

"आणि तिथं चोरी-मारामाऱ्या कमी असतात म्हणे खरंच का? रात्री उशिरा फिरायलाही लोक घाबरत नाहीत का?"

"ताई, तिथं जर कुणी नियम मोडले, तर लगेच शिक्षा होते का? सगळे इतके शिस्तीत कसे राहतात?"

असे एकामागोमाग प्रश्न एकेकाचे सुरू होते. वेगवान गाड्या, पण तरीही नियमांचं काटेकोर पालन हे ऐकून सगळेच थक्क झाले होते. "काल जर्मनीतल्या वाहतुकीचा आपण प्रवास केला; पण एवढी शिस्त आणि सुरक्षितता तिथं टिकते कशी, हे जाणून घ्यायचं असेल, तर आज आपल्याला जर्मनीच्या सुरक्षा व्यवस्थेची कहाणी समजून घ्यावी लागेल." असं मानसीनं सांगितलं आणि सगळे सरसावून बसले.

राष्ट्रे असा शीतयुद्धाचा संघर्ष तीव्र झाला. याकाळात पश्चिम जर्मनीला NATO मध्ये सामील होण्याची संधी मिळाली.

सशस्त्र दलाची स्थापना

जर्मनीत १२ नोव्हेंबर १९५५ रोजी अधिकृतपणे जर्मनीचं सशस्त्र दल म्हणजेच बुंडेसवेरची (Bundeswehr) स्थापना झाली. हे सैन्य पुढील तत्त्वांवर उभं करण्यात आलं.

- सैन्य हे राज्याचं नव्हे, तर संविधानाचं रक्षक असेल.
- प्रत्येक सैनिक हा 'गणवेशातला नागरिक' असेल.
- सैन्यावर अंतिम नियंत्रण संसदेकडे असेल.

ही तत्त्वं जर्मनीच्या इतिहासातली सर्वांत महत्त्वाची सुधारणा मानली जातात. १९५५ साली दुसऱ्या महायुद्धानंतरच्या बदलत्या राजकीय आणि सुरक्षा परिस्थितीत पश्चिम जर्मनीनं आपलं आधुनिक लष्कर स्थापन केले, ज्याला Bundeswehr असं नाव देण्यात आलं. जर्मनीवर लष्करी मर्यादा लादण्यात आल्या होत्या; परंतु शीतयुद्धादरम्यान सोव्हिएत संघाच्या वाढत्या प्रभावाला तोंड देण्यासाठी पश्चिमी राष्ट्रांनी जर्मनीला पुन्हा लष्करीदृष्ट्या सक्षम करण्याचा निर्णय घेतला. त्याच वर्षी पश्चिम जर्मनी NATOमध्ये सामील झाला आणि त्यानंतर Bundeswehrची अधिकृत स्थापना झाली. या लष्कराची रचना पूर्णपणे संरक्षणात्मक धोरणांवर आधारित होती आणि लोकशाही मूल्यांचं पालन करणं हे त्याचं मुख्य वैशिष्ट्य मानलं गेलं.

जर्मन सैन्याची सर्वांत वैशिष्ट्यपूर्ण संकल्पना म्हणजे म्हणजेच आंतरिक नेतृत्वाचं तत्त्वज्ञान. जर्मनीच्या सैन्यदलातल्या सैनिकांचा दृष्टिकोन 'केवळ वरिष्ठांच्या आज्ञेचं पालन करणं म्हणजे देशसेवा' एवढा संकुचित नाही. देशसेवा करताना मानवी मूल्यांचं संवर्धन आणि संविधानिक मूल्यांचा यथोचित वापर या दोन्ही गोष्टी होतील, याबाबत तिथले सैनिक आग्रही असतात. तिथले सैनिक जर्मन शिस्त आणि मानवी मूल्य यांचा सुंदर संगम साधतात. कायदेशीरदृष्ट्या अवैध किंवा अमानवी आदेश नाकारण्याचा जर्मन सैन्याला असलेला अधिकार जागतिक पातळीवर सैन्याला मिळालेल्या दुर्मीळ अधिकारांपैकी एक आहे.

जर्मनीचं सशस्त्र दल ही एक सुसंघटित आणि बहुपातळी रचना असलेली संस्था आहे. शांततेच्या काळात तिचं सर्वोच्च नियंत्रण संरक्षण मंत्र्यांकडे असतं, तर युद्धकाळात ते अधिकार फेडरल चान्सलर यांच्याकडे हस्तांतरित होतात.

Bundeswehr मुख्यतः पाच प्रमुख घटकांमध्ये विभागलेली आहे. जर्मन सैन्यदल (Heer), जर्मन नौदल (Marine), जर्मन हवाई दल (Luftwaffe), जॉइंट सपोर्ट सर्व्हिस आणि सेन्ट्रल मेडिकल सर्व्हिस. या सर्व शाखा एकत्रितपणे देशाच्या संरक्षण, आंतरराष्ट्रीय शांतता मोहिमा आणि मानवतावादी मदत कार्यं पार पाडतात. याशिवाय Bundeswehrमध्ये एकीकृत कमांड संरचना आहे, ज्यामध्ये ऑपरेशनल कमांड, प्रशिक्षण आणि लॉजिस्टिक सपोर्ट यांचा समन्वय राखला जातो. आधुनिक तंत्रज्ञान, NATO सहकार्य आणि व्यावसायिक प्रशिक्षण यामुळे Bundeswehr ही जगात प्रभावी यंत्रणांपैकी एक मानली जाते.

जर्मनीची युद्धयंत्रणा बलशाली आहे. सैन्यामध्ये 'लिओपार्ड २' हे अत्याधुनिक रणगाडे, पूर्णा इन्फंट्री फायटिंग गाड्या, आधुनिक आर्टिलरी सिस्टीम्स अशी लवचिक, तंत्रज्ञानाधिष्ठित आणि जलद प्रतिसाद देणारी यंत्रणा आहे. जर्मनीच्या हवाईदलानं देशाच्या सार्वभौमत्वाचं रक्षण केलं आहे. दहशतवादी हल्ल्यांपासून जर्मनीचं रक्षण करण्यात हवाईदलानं आपली भूमिका चोख बजावली आहे. युरोफायटर, टायफून हे विमान जर्मनीच्या हवाईदलाचं सामर्थ्य आहे. जर्मनीचं नौदल भौगोलिकदृष्ट्या मर्यादित असलं, तरीही सशक्त आहे. समुद्री मार्गांचं रक्षण करण्याची जबाबदारी या नौदलानं निभावली आहे. टाइप २१२ सबमरीन्स जगातल्या सगळ्यात शांत आणि प्रगत असल्याचा जर्मनीचा दावा आहे.

जर्मनीची संयुक्त समर्थन सेना ही Bundeswehrमधली एक महत्त्वाची शाखा असून, तिची स्थापना २००० साली करण्यात आली. या सेनेचं मुख्य कार्य म्हणजे इतर लष्करी शाखांना लॉजिस्टिक, प्रशासकीय आणि तांत्रिक साह्य पुरवणं. संयुक्त समर्थन सेना वाहतूक व्यवस्था, पुरवठा साखळी, लष्करी पोलीस, संप्रेषण प्रणाली, सायबर सुरक्षा आणि NBC (न्यूक्लियर, बायोलॉजिकल, केमिकल) संरक्षण यांसारख्या महत्त्वाच्या जबाबदाऱ्या सांभाळते. ही शाखा लष्कराच्या सर्व ऑपरेशन्समध्ये समन्वय साधून कार्यक्षमता वाढवते आणि देशांतर्गत; तसेच आंतरराष्ट्रीय मोहिमांमध्ये महत्त्वाची भूमिका बजावते. आधुनिक युद्धपद्धतीमध्ये सहायक सेवांचे महत्त्व वाढल्यामुळे संयुक्त समर्थन सेना ही Bundeswehrची एक मजबूत आधारव्यवस्था मानली जाते.

जर्मन सैन्याची वैद्यकीय सेवा आंतरराष्ट्रीय स्तरावर प्रशंसनीय आहे. युद्धक्षेत्रातल्या जखमी सैनिकांवर केले जाणारे तातडीचे उपचार, आपत्कालीन परिस्थितीत मदत उपलब्ध करून देणं, साथीच्या रोगांचं प्रमाण वाढलेलं असताना तत्पर आणि सुसज्ज वैद्यकीय यंत्रणा उभी करणं आणि संयुक्त राष्ट्रांच्या सर्व

प्रकारच्या मोहिमांमध्ये सुसज्ज वैद्यकीय सहकार्य पुरवणं ही संयुक्त वैद्यकीय सेवेची प्रमुख कामं आहेत.

सायबर आणि इन्फर्मेशन स्पेस कमांड (Cyber- und Informationsraum – CIR) ही Bundeswehr मधली अत्याधुनिक आणि स्वतंत्र शाखा असून, तिची स्थापना २०१७मध्ये करण्यात आली. डिजिटल युगातल्या वाढत्या सायबर धोक्यांचा सामना करण्यासाठी ही कमांड तयार करण्यात आली आहे. म्हणजे सायबर सुरक्षा, माहिती तंत्रज्ञान (IT) प्रणालींचं संरक्षण, गुप्तचर माहिती संकलन (intelligence), इलेक्ट्रॉनिक युद्ध (electronic warfare) आणि माहिती युद्ध (information warfare) यांचं व्यवस्थापन करणं हे या शाखेचं प्रमुख कार्य आहे. CIR अंतर्गत विविध तांत्रिक आणि गुप्तचर युनिट्स कार्यरत असून, ते देशाच्या महत्त्वाच्या डिजिटल पायाभूत सुविधांचे संरक्षण करतात; तसेच NATO आणि इतर आंतरराष्ट्रीय भागीदारांशी समन्वय साधून सायबर क्षेत्रातली ऑपरेशन्स पार पाडली जातात. आधुनिक युद्धामध्ये सायबर आणि माहिती क्षेत्राचं वाढतं महत्त्व लक्षात घेता, ही कमांड Bundeswehrच्या संरक्षण धोरणातला एक अत्यंत महत्त्वाचा आणि प्रभावी घटक मानली जाते.

जर्मनीमध्ये Bundeswehrचं सैन्यसेवा धोरण मोठ्या प्रमाणावर बदललं आहे. German suspension of conscription २०११नंतर अनिवार्य सैन्यसेवा (conscription) थांबवून पूर्णतः स्वेच्छाधारित (professional volunteer force) सैन्यप्रणाली स्वीकारली गेली. या बदलामागे आधुनिक युद्धाचं स्वरूप, तांत्रिक कौशल्यांची गरज आणि आंतरराष्ट्रीय मोहिमांमध्ये अधिक सक्षम सहभाग यांचा विचार होता.

या नव्या धोरणाचे काही ठळक फायदे दिसून येतात. स्वेच्छेनं सैन्यात दाखल होणारे सैनिक अधिक प्रशिक्षित, प्रेरित आणि दीर्घकालीन सेवेसाठी कटिबद्ध असतात. त्याचबरोबर सायबर सुरक्षा, ड्रोन ऑपरेशन, कृत्रिम बुद्धिमत्ता यांसारख्या क्षेत्रांमध्ये उच्च तांत्रिक कौशल्य असलेलं मनुष्यबळ सहजपणे मिळवता येतं. यामुळे सैन्य अधिक आधुनिक आणि कार्यक्षम होतं. भविष्याच्या दृष्टीनं ही व्यवस्था खर्चाच्या बाबतीतही अधिक परिणामकारक ठरते.

मात्र, या प्रणालीसमोर काही महत्त्वाची आव्हानंही आहेत. सर्वांत मोठं आव्हान म्हणजे पुरेसं आणि योग्य मनुष्यबळ भरती करणं. अनिवार्य सेवेऐवजी स्वेच्छेवर आधारित प्रणाली असल्यामुळे तरुणांना सैन्यसेवेकडे आकर्षित करणं

कठीण जातं. बदलती जीवनशैली, खासगी क्षेत्रातल्या आकर्षक करिअर संधी आणि युद्धाविषयीचा दृष्टिकोन यामुळे युवकांची सैन्यातली रुची काही प्रमाणात कमी झालेली दिसते. त्यामुळे Bundeswehrला भरतीसाठी नवीन धोरणं, प्रोत्साहन योजना आणि ब्रँडिंगवर अधिक भर द्यावा लागत आहे. एकूणच, अनिवार्यतेपासून व्यावसायिकतेकडे झालेला हा प्रवास जर्मनीच्या संरक्षण धोरणाला आधुनिक आणि सक्षम करतो; परंतु त्याच वेळी मानवी संसाधन व्यवस्थापन हे एक सततचं आव्हान ठरतं.

जर्मनीची अंतर्गत सुरक्षा व्यवस्था ही संघराज्यीय तत्त्वांवर आधारित असून, सैन्य आणि पोलीस यंत्रणा स्पष्टपणे वेगळी ठेवलेली आहे. Bundeswehr मुख्यतः बाह्य संरक्षणासाठी कार्य करतं, तर अंतर्गत सुरक्षा विविध नागरी संस्थांद्वारे सांभाळली जाते. Bundespolizei ही पोलिसी यंत्रणा केंद्र सरकारच्या अधिपत्याखाली कार्यरत आहे. सीमासुरक्षा, विमानतळ आणि रेल्वे स्थानकांची सुरक्षा, त्याचबरोबर दहशतवादविरोधी उपाययोजनांमध्ये ही यंत्रणा महत्त्वाची भूमिका बजावते. त्याच वेळी Landespolizei ही यंत्रणा प्रत्येक राज्याच्या नियंत्रणाखाली स्थानिक कायदा आणि सुव्यवस्था राखण्याचे काम करते.

याशिवाय फेडरल क्रिमिनल पोलीस ऑफिस (BKA) ही संस्था देशातली संघटित गुन्हेगारी, सायबर गुन्हे आणि आंतरराष्ट्रीय तपास यांसाठी जबाबदार आहे व ती विविध राज्यांमधील तपास यंत्रणांमध्ये समन्वय साधते. अंतर्गत गुप्तचर कार्यासाठी फेडरल ऑफिस फॉर द प्रोटेक्शन ऑफ द कॉन्स्टीट्युशन ही संस्था (BfV) कार्यरत असून, ती अतिरेकी संघटना, दहशतवादी हालचाली आणि संविधानविरोधी हालचालींवर सतत नजर ठेवते. अशा प्रकारे विविध संस्थांमधलं नेमकं कार्यविभाजन, समन्वय आणि कायदेशीर चौकट यामुळे जर्मनीची अंतर्गत सुरक्षा व्यवस्था प्रभावी आणि संतुलित मानली जाते.

जर्मनीची NATOमधली भूमिका

जर्मनी हा NATOचा कणा आहे. जर्मनी युरोपातल्या सुरक्षाव्यवस्थेत मध्यवर्ती भूमिका बजावतो. विशेषतः पूर्व युरोपामध्ये तैनात केलेल्या युद्ध समूहांमध्ये जर्मनीनं केलेलं नेतृत्व, प्रगत मिसाइल सुरक्षा प्रणालीतला सहभाग आणि संपूर्ण युरोपसाठी लॉजिस्टिक हब म्हणून असलेलं स्थान, यामुळे त्याचं महत्त्व अधिक ठळक वाढतं; तसेच आंतरराष्ट्रीय संघर्षांमध्ये घेतलेली संतुलित भूमिका आणि संयुक्त राष्ट्रांच्या उभारणीची धोरणं ठरवण्यात घेतलेला पुढाकार, यामुळे जर्मनी

हा देश शांतीरक्षक म्हणून ओळखला जातो. जर्मन समाज, माध्यमं आणि सैन्य यांच्यातील संबंधही वैशिष्ट्यपूर्ण आहेत. Bundeswehrबद्दल समाजात संयत आणि जबाबदार दृष्टिकोन आढळतो. माध्यम स्वतंत्रपणे काम करत सैन्य आणि सरकारच्या धोरणांवर टीका किंवा विश्लेषण करतात, ज्यामुळे पारदर्शकता आणि लोकशाही मूल्यं टिकून राहतात. जर्मनीतली पोलीस व्यवस्था देशाच्या अंतर्गत सुरक्षेचा महत्त्वाचा भाग आहे. ही व्यवस्था शिस्त, कायदा आणि नागरिकांचं हक्कांचं संरक्षण यावर आधारित आहे. जर्मनीतले पोलीस नाहक दडपशाही न करता नागरी संरक्षणाच्या दृष्टीनं आवश्यक नियम लावतात. जर्मनीतल्या संघराज्यीय रचनेमुळे केंद्र आणि राज्य यांच्यात अधिकारांचं स्पष्ट विभाजन केलेलं आहे.

या व्यवस्थेत Landespolizei ही प्रत्येक राज्याची स्वतंत्र पोलीस यंत्रणा आहे. ही यंत्रणा स्थानिक कायदा व सुव्यवस्था राखणं, वाहतूक नियंत्रण, सार्वजनिक कार्यक्रमांची सुरक्षा आणि घरगुती गुन्ह्यांवर कारवाई करणं यासाठी जबाबदार असते. दुसरीकडे, Bundespolizei ही केंद्राच्या नियंत्रणाखाली सीमासुरक्षा, विमानतळ आणि रेल्वे सुरक्षा, स्थलांतर तपासणी आणि दहशतवादविरोधी कारवाया पार पाडते. एकूणच, जर्मनीची सुरक्षा व्यवस्था, NATOमधलं नेतृत्व, संतुलित सामाजिक दृष्टिकोन आणि प्रभावी, लोकशाहीवादी पोलीस यंत्रणा यांच्या समन्वयातून अत्यंत सक्षम आणि विश्वासार्ह अशी उभी आहे.

जर्मन पोलीस कशाप्रकारे कारवाई करतात?

कोणतीही कारवाई करताना पोलीस अधिकाऱ्यानं नागरिकाला कारवाईचं कारण सांगणं, स्वतःची ओळख न लपवता नागरिकांशी संवाद साधणं, नागरिकांना त्यांच्या हक्कांची जाणीव करून देणं, या सर्व बाबी जर्मन पोलिसांना बंधनकारक आहेत. जर्मनीत नियमभंगाकडे अत्यंत गांभीर्यानं पाहिलं जातं. वाहतुकीच्या नियमांचं उल्लंघन, मद्यप्राशन करून गाडी चालवणं, वेगमर्यादा ओलांडणं, गाडी चालवताना मोबाइलवर बोलणं, सिग्नल तोडणं यांसारखे गुन्हे जर्मनीमध्ये दखलपात्र ठरतात. अशा कारणांसाठी संबंधित चालकाला आर्थिक दंड अथवा वाहन परवाना रद्द होण्यापर्यंत शिक्षा होऊ शकते.

कायद्याचा स्पष्ट आधार, किमान आवश्यक बळाचा वापर, नागरिकांच्या प्रतिष्ठेचा आदर, प्रत्येक कारवाईवर लेखी नोंद ही चार तत्त्व पोलिसांच्या कारवाईमागची मूलभूत तत्त्व मानली जातात.

शिस्तीचा बाणा असलेल्या जर्मनीमध्ये सामाजिक जीवनाचे अथवा पर्यावरण

स्वच्छतेचे नियम उल्लंघल्यास त्याचबरोबर सरकारी कामकाजासाठी आवश्यक कागदपत्रं, उदा. पासपोर्ट, रहिवासी परवाना आपल्याजवळ न बाळगल्यास नागरिकांना मोठी शिक्षा होते.

जर्मनीमध्ये परदेशी नागरिकांसाठीचे नियम स्थानिकांपेक्षा अधिक कडक स्वरूपाचे आहेत. जर्मनीमध्ये जाऊन बेकायदा व्यवसाय करणं, व्हिसाची मुदत ओलांडणं, सरकारी कागदपत्रांमध्ये चुकीची माहिती देणं या बाबी दंडनीय अपराध समजल्या जातात.

जर्मनीमध्ये भाषण आणि वर्तनासंबंधी काही विषय अत्यंत संवेदनशील मानले जातात, विशेषतः नाझी इतिहासाशी संबंधित बाबी जर्मनीमध्ये अतिशय संवेदनशील मानल्या जातात. त्यामुळे नाझी चिन्हांचा वापर करणं, अडॉल्फ हिटलरचं उदात्तीकरण करणं, वांशिक द्वेष पसरवणारी वक्तव्यं करणं किंवा होलोकॉस्ट नाकारणं, यांसारख्या कृतींवर कठोर कायदेशीर कारवाई केली जाते. त्याचप्रमाणे सार्वजनिक ठिकाणी फोटो किंवा व्हिडिओ काढताना गोपनीयतेच्या कायद्यांचं पालन करणं आवश्यक असतं; एखाद्या व्यक्तीची परवानगी न घेता तिचं चित्रीकरण करणं किंवा पोलिसांच्या कारवाईचं चित्रीकरण करून त्यांच्या कामात अडथळा निर्माण करणं हेही दंडनीय मानलं जातं. याशिवाय घरगुती हिंसेबाबत जर्मनीमध्ये शून्य सहिष्णुता धोरण लागू असून, अशा प्रकरणांमध्ये आरोपीला त्वरित घराबाहेर काढणं, संपर्कबंदी आदेश जारी करणं आणि आवश्यकतेनुसार गुन्हेगारी खटला दाखल करणं यांसारखी कठोर पावलं उचलली जातात. जर्मनीत पोलीस यंत्रणेवर कडक नियंत्रण आहे. नागरिकांना पोलीस कारवाईविरोधात तक्रार करण्याचा, न्यायालयात दाद मागण्याचा, मानवी हक्क न्यायालयापर्यंत जाण्याचा अधिकार आहे.

युरोपातलं सुरक्षेचें समीकरण मोठ्या प्रमाणात बदललं असून, जर्मनीसमोर नवीन आणि गुंतागुंतीची आव्हानं उभी राहिली आहेत. पूर्व युरोपातली अस्थिरता, NATOची भूमिका आणि संरक्षण खर्च वाढवण्याची गरज या पार्श्वभूमीवर जर्मनीला आपली लष्करी व धोरणात्मक क्षमता अधिक बळकट करावी लागत आहे. त्याचबरोबर ऊर्जा सुरक्षेचा प्रश्न अधिक तीव्र झाला आहे. कारण परकीय ऊर्जेवरील अवलंबित्व कमी करताना शाश्वत आणि सुरक्षित पर्याय निर्माण करणं ही सध्याच्या घडीची निकड आहे. सायबर हल्ल्यांचा वाढता धोका, डिजिटल पायाभूत सुविधांचं संरक्षण आणि माहिती युद्ध (information warfare) हेदेखील मुद्दे महत्त्वाचे झाले आहेत. याच वेळी अंतर्गत पातळीवर लोकशाही

मूल्यांचं संरक्षण, अतिरेकी विचारसरणीवर नियंत्रण आणि सामाजिक एकात्मता टिकवून ठेवणं ही जर्मनीसमोरची दीर्घकालीन आव्हानं ठरत आहेत.

शांतता म्हणजे दुर्बलता नसून, ते जर्मनीचं बलस्थान आहे, हा महत्त्वाचा संदेश देणारं हे एवढं माहितीवजा बोलून झाल्यावर मानसीनं विषय थांबवला. त्यानंतर काही वेळ सगळेच शांत होते. शिस्त आणि नियम यांची मुलांच्या मनात असलेली भीती काढून त्या जागी सकारात्मकता पेरण्याची मानसीची युक्ती कामी आली होती.

''व्वा ताई! म्हणजे जर्मनीत लोक फक्त पोलिसांच्या भीतीनं नियम पाळत नाहीत, तर ती त्यांची सवयच आहे?'' प्रियांकानं विचारलं.

''हो ना! आणि एवढ्या मोठ्या देशात इतकी शिस्त कशी काय पाळली जाते, हे ऐकूनच मला भारी वाटलं, आपल्याकडेही असं झालं तर किती छान होईल. '' मयुरेश म्हणाला.

मानसी हसली. ''फक्त कठोर कायदे असून उपयोग नसतो रे,''

ती शांतपणे म्हणाली, ''नियम पाळणं, इतरांचा विचार करणं आणि सुरक्षितता ही सगळ्यांची सामूहिक जबाबदारी आहे, ही भावना समाजात रुजली, की व्यवस्था मजबूत होते.''

''म्हणजे सुरक्षा ही फक्त पोलिसांची जबाबदारी नसते, तर लोकांचीही असते?'' प्रियांकानं पुन्हा विचारलं.

''अगदी बरोबर! जर्मनीची सुरक्षा व्यवस्था आपल्याला हेच शिकवते की शिस्त, विश्वास आणि जबाबदारी यांची साथ असेल, तर समाज अधिक सुरक्षित होऊ शकतो.'' मानसीनं कौतुकानं उत्तर दिलं.

क्षणभर सगळे शांत झाले. आजच्या गप्पांमधून त्यांनी केवळ जर्मनीची सुरक्षा व्यवस्था समजून घेतली नव्हती; तर सुरक्षित समाज घडवण्यासाठी प्रत्येकाची भूमिका किती महत्त्वाची असते, याचाही विचार त्यांच्या मनात रुजू लागला होता.

सण-उत्सवांमधला एकोपा

आज मानसी येण्यापूर्वीच लहान मुलांबरोबर मोठी माणसंही उत्सुकतेनं जमली होती. तेवढ्यात मानसी आली.

''ताई, काल जर्मनीतल्या सुरक्षाव्यवस्थेबद्दल ऐकून तर खूप मजा आली,'' मयुरेश म्हणाला.

मानसीनं सगळ्यांकडे पाहिलं आणि हसत म्हणाली, ''आज आपण जर्मनीतील सण-उत्सवांची एक रंजक सफर करणार आहोत.'' क्षणात सगळे शांतपणे ऐकण्यासाठी सरसावून बसले. काही मुलांच्या डोळ्यांसमोर रंगीबेरंगी सजावट, वेगळे पोशाख आणि मजामस्तीची चित्रं तरळू लागली, तर मोठ्यांना जर्मनीत सण कसे साजरे केले जातात, याची उत्सुकता लागली होती. ''आपल्यासारखंच तिथंही सण एकोप्यानं साजरे होतात. फक्त त्यांची पद्धत वेगळी आहे,''

मानसीनं उत्सुकता वाढवत म्हटलं. आज जर्मनीच्या सण-उत्सवांच्या दुनियेची एक वेगळी सफर सुरू होणार होती.

समाजातली श्रद्धा, भीती, आशा, निसर्गाशी असलेलं नातं; तसेच ऐतिहासिक स्मृती या सगळ्यांचे प्रतिबिंब सणांत दिसतं. भारतीयांची सण साजरे करण्यामागची भावना अतिशय प्रामाणिक आहे. सगळ्यांनी एकत्र येऊन साजरा करण्याचा दिवस म्हणून आपण भारतीय सणांकडे पाहतो. जर्मनीत मात्र सण परंपरा आणि शिस्तीचं प्रतीक आहेत. ते कुटुंब, चर्च, स्थानिक समुदाय आणि इतिहास यांच्याशी घट्ट जोडलेले आहेत.

ऋतुचक्र, शेती, निसर्गपूजा आणि देवतांशी निगडित विधी यांपासून भारतात अनेक सण निर्माण झाले. जर्मनीतले सण मुख्यतः जुन्या युरोपीय परंपरा, ख्रिश्चन धर्म आणि मध्ययुगीन शहर संस्कृती यांच्यापासून तयार झाले आहेत. ख्रिश्चन धर्म आल्यानंतर ऋतूंवर आधारित सणांना धार्मिक अर्थ मिळाला. उदाहरणार्थ, हिवाळ्यातला प्रकाशोत्सव ख्रिसमस झाला. भारतात दिवाळी, ईद, ख्रिसमस हे सगळे सण लोक एकत्र मिळून साजरे करतात.

जर्मनीत ख्रिसमस, इस्टर आणि ऑक्टोबरफेस्ट हे मुख्य सण आहेत. दिवाळी म्हणजे उत्साह, रोषणाई आणि नवोन्मेषाचा सण, तर ख्रिसमस हा जर्मनीमध्ये शांततेचा आणि कुटुंबासोबत वेळ घालवण्याचा उत्सव म्हणून साजरा करतात. भारतात होळीमध्ये सगळे भेद विसरून लोक रंगात न्हाऊन निघतात, तर जर्मनीत कोलोग्ने कार्निव्हलमध्ये लोक वेगवेगळ्या वेशभूषा करून उत्सवाचा आनंद लुटतात. या आनंदालाही शिस्तीची किनार असतेच. भारतात सण म्हणजे रस्त्यावर मिरवणुका, गर्दी, जेवणावळी असं स्वरूप असतं. जर्मनीत सगळे सण घरात, चर्चमध्ये किंवा छोट्या समुदायात शांतपणे साजरे केले जातात.

सणांच्या दिवसात काळात भारत-जर्मनी या दोन्ही देशांच्या खाण्या-पिण्यातही फरक दिसतो. आपल्याकडे दिवाळीचा फराळ, संक्रांतीला तीळगूळ असं प्रत्येक सणाचं वेगळं पक्वान्न असतं, तर जर्मनीत केक्स, ब्रेड, सॉसेज हे जास्त आवडीनं खाल्ले जातात. जर्मनीच्या गावांमध्ये हेच सण शांततेत, शिस्तीत आणि स्थानिक चर्च किंवा क्लबभोवती फिरतात. सणांच्या तयारीच्या बाबतीत भारतात असलेला लैंगिक भेदभाव जर्मनीमध्ये दिसत नाही. जर्मनीमध्ये स्त्री-पुरुष दोघं मिळून सणाचा स्वयंपाक करतात. दोन्हीकडे सणांमागे कथा आहेत. आपल्याकडे राम, कृष्ण, गणपतीच्या कथा, तर तिथे सेंट मार्टिन किंवा निकोलाउस सारख्या गोष्टी.

जर्मनीत राहणारे भारतीयही आपले सण थोड्या वेगळ्या पद्धतीनं साजरे करतात. कम्युनिटी हॉलमध्ये दिवाळी, छोट्या स्वरूपात गणेशोत्सव अशा सणांनी जर्मनीतही आपली भारतीय अस्मिता टिकवून ठेवली आहे.

''ताई, म्हणजे सण कुठलाही असो; दिवाळी, ख्रिसमस किंवा ऑक्टोबरफेस्ट... लोकांना एकत्र आणण्याचंच काम करतो, नाही का?'' प्रियांकानं हसत विचारलं.

''अगदी बरोबर; देश वेगळे, भाषा वेगळ्या, परंपरा वेगळ्या; पण आनंद वाटून घेण्याची भावना मात्र सारखीच असते.''

''म्हणजे भारत आणि जर्मनी दूर असले, तरी सणांच्या बाबतीत मनानं जवळ आहेत!' मयुरेश उत्साहानं म्हणाला.

मानसीनं समाधानानं मान हलवली. सणांच्या निमित्तानं झालेली ही एकात्मतेची नांदी सगळ्यांच्या मनाला सुखावून गेली होती.

पर्यटनविश्वाची सफर

मागच्या काही दिवसांत जर्मनीबद्दलच्या गप्पांनी सगळ्यांमध्ये एक वेगळीच उत्सुकता निर्माण झाली होती. आज नक्की कोणत्या नव्या गोष्टींची सफर होणार, याची उत्सुकता प्रत्येकाच्या चेहऱ्यावर दिसत होती. मानसीनं हसत सगळ्यांकडे पाहिलं आणि म्हणाली, "आज आपण जर्मनीच्या पर्यटनविश्वाचा शोध घेणार आहोत."

"ताई, म्हणजे जर्मनीत फिरायला कुठं कुठं जाता येतं, हे सांगणार का?" प्रियांकानं उत्सुकतेनं विचारलं. मानसी हसली आणि म्हणाली, "फक्त ठिकाणंच नाही, तर प्रत्येक शहराची वेगळी ओळख, त्याचं सौंदर्य आणि तिथल्या निसर्गाशी जोडलेलं आयुष्यही समजून घेऊ." हे ऐकताच मुलं आणखी पुढे सरकून बसली. ऱ्हाईन नदीच्या काठानं उभे असलेले किल्ले, गजबजलेली शहरं, ऐतिहासिक वास्तू आणि आधुनिकतेनं सजलेलं जर्मनीचं रूप सगळ्यांसमोर उलगडणार होतं.

युरोपच्या मध्यभागी वसलेला जर्मनी हा केवळ औद्योगिक प्रगतीचा, शिस्तीचा आणि तंत्रज्ञानाचा देश म्हणून ओळखला जात नाही, तर तो इतिहास, साहित्य, संगीत, निसर्ग आणि मानवी संघर्षांचा साक्षीदार आहे. दुसऱ्या महायुद्धाच्या भग्नावस्थेतून उभा राहिलेला हा देश आज जगासमोर आशा, पुनर्निर्माण आणि संतुलनाचे आदर्श उदाहरण ठेवतो. त्यामुळे जर्मनीतली पर्यटन स्थळं ही केवळ पाहण्याची ठिकाणं नसून, अनुभवण्याची आहेत.

बर्लिन : जखमांवरून उमललेलं शहर

बर्लिन ही जर्मनीची राजधानी असली, तरी ते केवळ प्रशासकीय केंद्र नाही. बर्लिन म्हणजे एक चालताबोलता इतिहास. हे शहर आधुनिक गगनचुंबी इमारतींनी सजलेलं आहे; तसेच ते जणू पुढच्या पिढ्यांना इतिहासाची आठवण करून देण्यासाठी आपल्या अंगावर इतिहासातील जखमांचे व्रणही जपून ठेवतं.

बर्लिनमध्ये फिरताना अचानक एखाद्या कोपऱ्यात दिसणारा भिंतीचा तुकडा थांबवून विचार करायला भाग पाडतो. बर्लिनची भिंत ही विचारांची, राजकारणाची आणि मानवी वेदनांची भिंत आहे. पूर्व आणि पश्चिम जर्मनीला विभागणारी ही भिंत अनेक कुटुंबांचं, स्वप्नांचं आणि नात्यांचं विभाजन करणारी ठरली. आजच्या घडीला त्या भिंतींचे अवशेष पर्यटकांच्या स्वातंत्र्याची व्याख्या रुंदावते.

बर्लिनच्या मध्यभागी उभं असलेलं ब्रॅन्डेनबुर्ग गेट हे जर्मनीच्या एकीकरणाचं प्रतीक मानलं जातं. एकेकाळी राजसत्तेचं प्रवेशद्वार असलेलं हे स्मारक काळाच्या ओघात युद्ध, विभाजन आणि अखेरीस पुन्हा एकीकरणाचं साक्षीदार ठरलं.

स्प्री नदीवर वसलेलं म्युझियम आयलंड हे बर्लिनचं सांस्कृतिक हृदय आहे. इथे असलेली संग्रहालयं प्राचीन इजिप्तपासून ते आधुनिक युरोपियन कलेपर्यंतचा प्रवास घडवतात. इथं फिरताना पर्यटक मानवजातीच्या उत्क्रांतीचा, सर्जनशीलतेचा आणि जिज्ञासेचा अनुभव घेतो.

बर्लिनचा गंभीर, विचारशील स्वभाव अनुभवून झाल्यावर म्युनिकमध्ये प्रवेश करताच वातावरण बदलतं. म्युनिक म्हणजे बव्हेरियन परंपरेचा, आनंदाचा आणि मांगल्याचा उत्सव. म्युनिकमधले लोक आपल्या पारंपरिक पोशाखात अभिमानानं वावरताना दिसतात. आधुनिकतेच्या झगमगाटातही त्यांनी आपली ओळख जपली आहे. जर्मनीत परंपरा हे बंधन नाही, ते आनंदी जगण्याचा राजमार्ग आहे.

जगप्रसिद्ध ऑक्टोबरफेस्ट हा केवळ बिअरचा उत्सव नाही. तो सामूहिक आनंदाचा, मैत्रीचा आणि खुल्या मनानं एकमेकांना स्वीकारण्याचा उत्सव आहे.

मोठ्या तंबूंमध्ये जमलेली माणसं, पारंपरिक संगीत, हशा आणि संवाद हे सगळं मिळून म्युनिकचा मोकळा स्वभाव अधोरेखित करतं.

म्युनिकमधलं निम्फेनबर्ग पॅलेस हे राजेशाही स्थापत्यकलेचं सुंदर उदाहरण आहे. प्रशस्त बागा, शांत तळी आणि भव्य इमारती पाहताना पर्यटक काही क्षणांसाठी आधुनिक जग विसरतो. इथला वेळ अतिशय संथपणे पुढे सरकतो आणि मनही तिथंच रेंगाळत राहतं.

ऱ्हाईन नदी : संस्कृतीची साक्षीदार

जर्मनीच्या पर्यटन नकाशावर ऱ्हाईन नदी संस्कृतीची वाहक आहे. आल्प्स पर्वताच्या कुशीत उगम पावलेली ही नदी अनेक देशांतून वाहत जर्मनीच्या हृदयातून जाते आणि प्रत्येक वळणावर एखादी कथा सांगते. तिच्या काठानं उभे असलेले द्राक्षमळे, लहानशा वसाहती आणि उंच टेकड्यांवर वसलेले किल्ले पाहताना त्या पाण्यातून वाहणाऱ्या इतिहासाचा प्रत्यय येतो.

ऱ्हाईनच्या काठावर प्रवास करताना काळ जणू मागे फिरतो. आधुनिक रेल्वे किंवा बोटीतून जात असतानाही डोळ्यांसमोर उभे राहतात मध्ययुगीन राजे, योद्धे, व्यापारी आणि कवी. ऱ्हाईन ही जर्मनीतली सगळ्यात मोठी नदी आहे. तिचा उगम स्विस आल्प्समध्ये होतो. स्वित्झर्लंड, ऑस्ट्रिया, जर्मनी, फ्रान्स आणि नेदरलँड असा तिचा प्रवास होत अखेरीस ती उत्तर समुद्रात विलीन होते. जर्मनीच्या औद्योगिक पट्ट्यातला हा सर्वांत महत्त्वाची जलवाहतूक मार्ग असून, कोलोग्ने, बॉन, ड्यूइसबर्ग आणि मानहाइम यांसारखी मोठी शहरं तिच्या काठावर वसलेली आहेत. व्यापारी जहाजांसाठी ही मुख्य नदी मानली जाते, त्यामुळे जशी भारतासाठी गंगा महत्त्वाची आहे, तशीच ऱ्हाईन नदी जर्मनीसाठी अत्यंत महत्त्वाची आहे.

ऱ्हाईन व्हॅलीमध्ये सुमारे चाळीसहून अधिक किल्ल्यांची रांग पाहायला मिळते. प्रत्येक किल्ला वेगळी ऐतिहासिक कथा सांगतो. काही युद्धासाठी, काही सत्तेचं प्रतीक म्हणून, तर काही मानवी भावना दर्शवणारे किल्ले उभे राहिले. त्यापैकी मार्क्सबर्ग हा किल्ला विशेष उल्लेखनीय आहे. हा किल्ला आजही मध्ययुगीन जीवनशैलीचं जिवंत उदाहरण म्हणून उभा आहे. एके काळी या किल्ल्याभोवती शेतकरी, कारागीर आणि व्यापारी यांचं सामान्य जीवन फुलत होतं आणि आज पर्यटक म्हणून या किल्ल्याकडे पाहताना त्या काळातल्या साध्या माणसांच्या जगण्याची जाणीव अधिक ठळकपणे होते.

ऱ्हाईन नदीवरचा लोरेलाई खडक हा केवळ भौगोलिक रचना नाही; तो एक

दंतकथा आहे. एक सुंदर जलपरी आपल्या मधुर गाण्यानं नाविकांना भुरळ घालत असे आणि त्यांची नौका खडकांवर आपटून बुडत असे, अशी याबाबतची दंतकथा आहे. पर्यटनानं आपला भावनिक आलेख उंचावतो. लोरेलाई हे त्याचं सर्वोत्तम उदाहरण आहे.

ब्लॅक फॉरेस्टमध्ये प्रवेश करताच ऱ्हाईनच्या काठावरचं राजेशाही आणि ऐतिहासिक वैभव मागे पडते आणि एक वेगळंच जग उलगडतं. इथं घनदाट अरण्य, आकाशाला भिडणारी उंच झाडं, शांत पायवाटा आणि निसर्गाशी होणारा थेट संवाद मनाला स्पर्शून जातो. ब्लॅक फॉरेस्टमध्ये निसर्ग आक्रमक नाही. तो संयमी, समजूतदार आणि मार्गदर्शक आहे. तो माणसाला स्वतःच्या वेगानं चालायला शिकवतो, थांबायला शिकवतो आणि अनुभव घ्यायला शिकवतो. ब्लॅक फॉरेस्टची ओळख म्हणजे त्याची प्रसिद्ध कूकू घड्याळे. ही लाकडात कोरलेली कलाकृती केवळ वेळ दाखवत नाहीत, तर वेळेचं तत्त्वज्ञान सांगतात.

ब्लॅक फॉरेस्टमधल्या छोट्या गावांमध्ये जीवनाची गती मंद आहे; पण त्यात एक समाधान आहे. लाकडी छपरांची घरं, खिडक्यांमधून डोकावणारी रंगीत फुलं आणि लोकांच्या चेहऱ्यावरचं शांत हास्य हे सगळं आधुनिक शहरांच्या गोंगाटापेक्षा खूप वेगळं आणि समृद्ध वाटतं. इथं साधेपणातच खरी श्रीमंती आहे आणि जीवनाचं सौंदर्य लपलेलं आहे.

जर्मनीच्या पर्यटन नकाशावर काही स्थळं अशी आहेत, जी पाहण्याआधीच मनात वसलेली असतात. न्युश्वानश्टाईन किल्ला हे त्यातलंच एक. बव्हेरियाच्या पर्वतरांगांमध्ये, धुक्याच्या कुशीत उभा असलेला हा किल्ला पाहताना वास्तव आणि कल्पना यांची सीमारेषा पुसट होते.

राजा लुडविग दुसरा हा इतिहासात 'वेडा राजा' म्हणून ओळखला गेला; पण न्युश्वानश्टाईन पाहिल्यावर लक्षात येतं, की तो वेडा नव्हता; तो अतिसंवेदनशील कलावंत होता. संगीतकार वाग्नरच्या संगीतात रमलेला, परीकथांवर विश्वास ठेवणारा हा राजा वास्तवापेक्षा सौंदर्याला अधिक महत्त्व देत होता. किल्ल्याच्या भिंतींवर कोरलेली चित्रं, रंगीत काचा आणि उंच मनोरे पाहताना हा किल्ला दगडांचा नसून, कल्पनांचा तयार झालेला आहे हे लक्षात येतं.

आज न्युश्वानश्टाईन किल्ला जगातल्या सर्वाधिक छायाचित्रित स्थळांपैकी एक आहे; पण इथं येणारा खरा प्रवासी केवळ फोटो काढत नाही; तो स्वतःच्या बालपणातल्या परीकथांना पुन्हा भेटतो.

दक्षिण जर्मनीच्या पर्वतरांगांमधून उत्तरेला प्रवास केला, की आपण हॅम्बुर्गला

पोहोचतो. एक आधुनिक, जागतिक आणि सतत हालचालीत असलेलं हे शहर आहे. एल्ब नदीच्या काठावर वसलेलं हे शहर ऐतिहासिकदृष्ट्या व्यापारासाठी अत्यंत प्रसिद्ध आहे. त्याचबरोबर उत्कृष्ट सार्वजनिक वाहतूक व्यवस्था, आधुनिक जीवनशैली आणि २५००पेक्षा अधिक सुसज्ज पूल ही हॅम्बुर्गची वैशिष्ट्यं आहेत. हॅम्बुर्गचं बंदर हे युरोपमधल्या सर्वांत मोठ्या बंदरांपैकी एक आहे. विविध देशांतून इथं येणाऱ्या जहाजांबरोबर संस्कृती, भाषा आणि कल्पनाही येतात. त्यामुळे हॅम्बुर्ग केवळ जर्मन शहर राहत नाही; ते जागतिक पातळीवरचं शहर होतं.

हॅम्बुर्गमधली एल्बफिलहार्मोनी ही इमारत आधुनिक स्थापत्यकलेचं प्रतीक आहे. काचेतून बांधलेली ही संगीतगृह इमारत जणू नदीच्या लाटांशी संवाद साधत उभी आहे. जर्मनीच्या संस्कृतीचा भाग असलेल्या संगीताचा मनमुराद आनंद घेणारा पर्यटक पाहणं म्हणजे निव्वळ सुख!

ऱ्हाईन नदीकाठी वसलेलं कोलोन शहराच्या मध्यभागी उभं केलेलं आकाशाला गवसणी घालणारं कॅथेड्रल शहराची वेगळी ओळख निर्माण करतं. या कॅथेड्रलचं बांधकाम पूर्ण व्हायला सुमारे सहाशे वर्षे लागली. पिढ्या बदलल्या, राजे आले-गेले, युद्धं झाली, तरीही बांधकाम थांबलं नाही. त्यामुळे हा कॅथेड्रल केवळ धार्मिक वास्तू नसून, मानवी श्रद्धेचा विजय आहे. कोलोन शहरातले लोक उत्साही, मोकळे आणि हसतमुख आहेत. कॅथेड्रल हा त्यांच्याही अस्मितेचा भाग आहे. न्युश्वानश्टाईन किल्ला स्वप्न दाखवतो, हॅम्बुर्ग शहर आपल्याला भविष्याशी जोडतं आणि कोलोन शहर श्रद्धेची उंची शिकवतं. या तिन्ही स्थळांमधून जर्मनीचे वेगवेगळे स्वभाव समोर येतात; खरंतर ते एका संस्कृतीचे तीन पदर आहेत.

जर्मनीतल्या पर्यटनाचा खरा गाभा अनेकदा मोठ्या शहरांपेक्षा लहान शहरांमध्ये आणि गावांमध्ये सापडतो. जर्मनीतल्या लहान शहरांमध्ये घाईगडबड नसल्यानं तिथं काळाची पावलं मंद असतात. रोथेनबुर्ग ओब डर टाउबर (Rothenburg ob der Tauber) हे ऐतिहासिक शहर आहे. अरुंद दगडी रस्ते, लाल छपरांची घरं आणि तटबंदीनं वेढलेलं शहर अजूनही मध्ययुगीन स्वभाव जपून आहे. दिवेलागणीच्या वेळी पर्यटकांची गर्दी ओसरल्यावर या शहराचा खरा आत्मा उलगडतो.हायडेलबर्ग हे शहर विद्यापीठासाठी प्रसिद्ध असलं, तरी ते केवळ शैक्षणिक केंद्र नाही. टेकडीवरचा किल्ला आणि तरुणाईनं फुलून आलेले रस्ते एक वेगळेच वातावरण निर्माण करतात. हायडेलबर्गमध्ये फिरताना जाणवतं, की ज्ञान सौम्य आणि प्रेमळही असू शकतं. जर्मनीमधल्या काही शहरांतल्या रेस्टॉरंट्समध्ये

एस्सेन ओहनं लिष्ट (Essen ohne Licht), म्हणजेच प्रकाशाशिवाय जेवण ही एक नवीन संकल्पना आहे. सोप्या शब्दांत सांगायचं, तर अंधारात किंवा प्रकाश नसलेल्या ठिकाणी बसून जेवण करणं. यामध्ये ग्राहकांना पूर्णपणे अंधाऱ्या रेस्टॉरंटमध्ये जेवण वाढलं जातं. डोळ्यांनी काहीच दिसत नसल्यामुळे माणसाच्या इतर संवेदना, म्हणजे गंध, स्पर्श, चव या अधिक तीव्र होतात आणि जेवणाचा एक अनोखा अनुभव मिळतो. जर्मनीतली जी गावं नकाशावर दिसत नाहीत, तीच खऱ्या अर्थानं आपलं अस्तित्व जपून आहेत. अशा गावांमध्ये घरांसमोर फुलझाडं, वेळेवर वाजणाऱ्या चर्चच्या घंटा आणि एकमेकांना ओळखणारी माणसं असतात. भौतिक प्रगतीच्या आहारी जाऊन आपण हरवून बसलेली शांतता आपल्याला इथं गवसते. जर्मनीतल्या पर्यटनाचा दृष्टिकोन इतर अनेक देशांपेक्षा वेगळा आहे. इथं पर्यटन म्हणजे निसर्गाचा, इतिहासाचा किंवा संस्कृतीचा उपभोग घेणं नाही, तर त्यांच्याशी जबाबदारीनं संवाद साधणं आहे.

जर्मनीतल्या प्रवासातून माणूस बदलतो. तो अधिक संयमी होतो, अधिक निरीक्षणशील होतो. इतर अनेक प्रवासांप्रमाणेच जर्मनीच्या प्रवासानं माणूस समृद्ध होतो. जर्मनीतल्या प्रमुख शहरांची नावं, अर्थ, त्यांचा प्राचीन ते आधुनिक इतिहास आणि २०२६ मधलं त्यांचं वर्तमान ही माहिती पुढीलप्रमाणे -

बर्लिन (Berlin)

'दलदलीचा प्रदेश' असा बर्लिनचा अर्थ होतो. या शहरानं बाराव्या शतकातल्या छोट्या व्यापारकेंद्रापासून ते प्रशियन साम्राज्य, जर्मन साम्राज्य, नाझी काळ, शीतयुद्ध या प्रत्येक उलथापालथीदरम्यान प्रचंड स्थित्यंतर अनुभवलं आहे. आज मात्र बर्लिन जगातल्या सर्वात गतिमान बहुसांस्कृतिक शहरांपैकी एक झालं आहे. तसंच बर्लिन आता 'युरोपचं स्टार्टअप कॅपिटल' म्हणून ओळखलं जातं.

एआय, ग्रीन एनर्जी, रोबोटिक्स आणि डिजिटल क्रिएटिव्ह इंडस्ट्रीजमध्ये काम करणारे अनेक तरुण जगभरातून इथं येतात. १८० हून अधिक देशांतले नागरिक बर्लिनमध्ये राहतात. यामुळे कला, संगीत, साहित्य, फॅशन आणि कॅफे संस्कृती यांमध्ये प्रचंड वैविध्य दिसतं. जर्मनीची राजधानी म्हणून बर्लिन जागतिक राजकारणातलं महत्त्वाचं स्थान राखून आहे. मोठी उद्यानं, नद्यांची जपणूक, सायकलमार्ग आणि पर्यावरणपूरक प्रकल्पांमुळे ते युरोपातलं सर्वांत 'हिरवं शहर' मानलं जातं. बर्लिनचं आत्ताचं स्वरूप आधुनिकता, स्वातंत्र्य, नवकल्पना आणि ऐतिहासिक स्मृती यांच्या एकत्रित ऊर्जा लहरींचं प्रतीक आहे.

म्युनिक / म्यूनशन (München)

'साधूंच्या वस्तीजवळचं ठिकाण.' असा म्युनिक या शब्दाचा अर्थ आहे. मठाजवळ वाढलेलं गाव, विट्टेल्सबाख राजघराण्याचं केंद्र, आधुनिक उद्योगसंस्कृती अशी स्थित्यंतरं म्युनिकनं अनुभवली आहेत. आज म्युनिक हे जर्मनीतलं सर्वांत श्रीमंत आणि उच्च-जीवनमान असलेलं शहर म्हणून ओळखलं जातं. तसंच BMW, Siemens, Infineon यांसारख्या कंपन्यांच्या मुख्य कार्यालयांमुळे हे शहर जागतिक उद्योगजगताचं केंद्र झालं आहे.

युरोपातल्या सर्वोत्कृष्ट विद्यापीठांपैकी LMU आणि TU Munich असल्यानं जगभरातले विद्यार्थी या शहराकडे आकर्षित होतात. स्मार्ट सिटी प्रकल्पांमुळे वाहतूक, ऊर्जा व्यवस्थापन, सार्वजनिक सुरक्षा आणि हरित तंत्रज्ञानात मोठी प्रगती झाली आहे. शांत, सुरक्षित, स्वच्छ आणि सांस्कृतिक कार्यक्रमांनी समृद्ध अशा आजच्या जगात युरोप खंडातल्या म्युनिक या शहराला नागरिकांनी राहण्यासाठी सर्वाधिक पसंती दिली आहे.

हॅम्बुर्ग (Hamburg)

'नदीकाठावरचा उंच किल्ला किंवा सुरक्षित वस्ती' असा हॅम्बुर्ग या शब्दाचा अर्थ आहे. चार्लेमेनचा किल्ला, हॅन्सेआटिक व्यापारी केंद्र, आधुनिक नौकानयन, प्रवास, व्यापार अशा गोष्टी या शहराशी जोडल्या गेल्या आहेत.

युरोपचं दुसरं सर्वांत मोठं बंदर या शहरात असून आजच्या घडीला हॅम्बुर्ग जलवाहतूक, लॉजिस्टिक्स, कंटेनर व्यवस्थापन आणि जागतिक आयात-निर्यात यांचं प्रमुख केंद्र झालं आहे. तसंच जर्मन टेलिव्हिजन, चित्रपट, संगीत व प्रकाशन संस्थांचं केंद्र म्हणूनही हॅम्बुर्ग आघाडीवर आहे. समुद्रसपाटी वाढीचा धोका ओळखून शहरानं जलव्यवस्थापन, पावसाच्या पाण्याचा पुनर्वापर आणि पर्यावरणपूरक किनारी रचना यांसाठी प्रगत उपाययोजनाही या शहरात केल्या गेल्या आहेत. एल्बफिलहार्मनीसारख्या भव्य संगीतगृहामुळे हॅम्बुर्ग हे जगभरातलं सांस्कृतिक रसिकांचं आवडतं ठिकाण झालं आहे.

कोलोन (Köln)

'रोमन वसाहत.' असा कोलोन या शब्दाचा अर्थ होतो. युद्धानं प्रचंड प्रमाणात झालेल्या विध्वंसानं व्यथित झालेल्या कोलेननं स्वतःला पुन्हा एकदा विलक्षणरीत्या उभं केलं आहे. सांस्कृतिक राजधानी अशी ओळख असलेल्या कोलोन हे शहर

आज कला, सुगंध, मीडिया आणि प्रदर्शन केंद्र म्हणून प्रसिद्ध आहे.

Eau de Cologne हा एक हलका, ताजा आणि सिट्रस सुगंधाच्या परफ्यूमचा प्रकार आहे, त्याचा उगम कोलेन इथं झाला. यामध्ये प्रामुख्याने लिंबू, संत्री, बर्गामोट आणि हलक्या फुलांच्या सुगंधांचा वापर केला जातो. त्यामुळे हा सुगंध हलका आणि ताजातवाना वाटतो. इतर परफ्यूमच्या तुलनेत यामध्ये सुगंधी तेलांचं प्रमाण साधारण २ ते ५% इतकंच असल्यानं तो जास्त वेळ टिकत नाही; पण दैनंदिन वापरासाठी हा परफ्युम अत्यंत योग्य आणि फ्रेश आहे. कोलोननं माणसांच्या लैंगिक विविधतेचा आदर केला आहे. स्त्री-पुरुष, समलिंगी या सर्वांना कोलोननं आदरानं सामावून घेतलं आहे. भव्य कोलोन कॅथेड्रल, ऱ्हाईन नदीकाठावरची जीवनशैली आणि ऐतिहासिक वास्तू २०२५मध्येही पर्यटकांना आकर्षित करतात.

फ्रँकफुर्ट आम माइन (Frankfurt am Main)

'फ्रँक्स जमातीचा नदीघाट' असा फ्रँकफुर्ट आम माइन या शब्दाचा अर्थ आहे. फ्रँकफुर्ट हे शहर मध्ययुगात पवित्र रोमन साम्राज्याच्या सम्राटांच्या राज्याभिषेकासाठी प्रसिद्ध होतं आणि पुढे जाऊन ते जर्मनीमधलं एक महत्त्वाचं आर्थिक व बँकिंग केंद्र ठरलं.

आज हे शहर युरोपचा आर्थिक केंद्रबिंदू असून युरोपीय सेन्ट्रल बँक, जगातला मोठा शेअरबाजार आणि बहुराष्ट्रीय कंपन्यांमुळे फ्रँकफुर्ट युरोपचं 'वॉल स्ट्रीट' झालं आहे. जगातल्या सर्वोत्तम विमानतळांपैकी एक असलेलं फ्रँकफुर्टचं विमानतळ २०२५ मध्ये अधिक स्वयंचलित आणि एआय-आधारित झालं आहे. फ्रँकफुर्ट हे जर्मनीमधलं एक अत्यंत बहुसांस्कृतिक शहर आहे. इथं विविध देशांतले लोक राहतात, काम करतात आणि आपापल्या संस्कृती, भाषा व परंपरा घेऊन येतात. त्यामुळे इथं आंतरराष्ट्रीय खाद्यसंस्कृती, विविध सण-उत्सव आणि जागतिक विचारसरणीचा अनोखा संगम पाहायला मिळतो.

स्टुटगार्ट (Stuttgart)

'घोड्यांचा तबेला असलेलं ठिकाण.' असा स्टुटगार्टचा अर्थ होतो. दहाव्या शतकात जर्मनीमध्ये घोड्यांच्या पालनपोषणासाठी स्टुटगार्ट नावाची वसाहत उभी राहिली. औद्योगिक क्रांतीनंतर स्टुटगार्टनं वेगानं प्रगती केली आणि इथं ऑटोमोबाइल उद्योगाची पायाभरणी झाली. विशेषतः मर्सिडीज बेंझ आणि पोर्शे

यांसारख्या जागतिक कंपन्यांमुळे शहराला आंतरराष्ट्रीय ओळख मिळाली.

दुसऱ्या महायुद्धात मोठ्या प्रमाणावर हानी झाली असली, तरी युद्धानंतर स्टुटगार्टनं पुन्हा उभारी घेत आधुनिक, औद्योगिक आणि तांत्रिकदृष्ट्या प्रगत शहर म्हणून स्वतःची ओळख निर्माण केली. आजच्या घडीला स्टुटगार्टची ओळख ऑटोमोबाइल राजधानी म्हणून झाली आहे. मर्सिडीज बेंझ आणि पोर्शे यांच्या संशोधन प्रयोगशाळा आणि उत्पादन केंद्रांमुळे स्टुटगार्ट हे जर्मन इंजिनीअरिंगचं जिवंत प्रतीक आहे. तसंच ग्रीन मोबिलिटी, इलेक्ट्रिक वाहनं, हायड्रोजन तंत्रज्ञान या सर्वांची अंमलबजावणी सर्वांत वेगानं याच शहरात होत आहे. बॉश आणि इतर कंपन्यांमुळं हे शहर 'इंडस्ट्री ४.०'मध्ये अग्रस्थानी आहे. द्राक्षमळे, टेकड्या, संगीत महोत्सव आणि आधुनिक संग्रहालय यामुळे स्टुटगार्ट हे जर्मनीचं सुंदर आणि बुद्धिमान शहर म्हणून ओळखलं जातं.

लायपझिग (Leipzig)

'लिंडन वृक्षांचं गाव.' असा अर्थ लायपझिगचा होतो. संगीत, साहित्य, व्यापार या तीन स्तंभांवर लायपाझिंगची ओळख आधारलेली आहे. संगीताची राजधानी म्हणून या शहराची ओळख असून बाख, वॅगनर यांचा वारसा आणि आजच्या आधुनिक संगीत संस्कृतीचा सुंदर संगम इथं दिसतो.

लायपझिग विद्यापीठ, बायोटेक, ई-गव्हर्नन्स आणि डेटा इंडस्ट्रीमध्ये या शहरानं मोठी प्रगती केली. मोठ्या शहरांच्या तुलनेत स्वस्त, आरामदायी आणि सुंदर अशीही ओळख तरुणांमध्ये या शहरानं मिळवली आहे. उद्यानं, सायकलमार्ग आणि तलाव यामुळे लायपझिगला पर्यावरणपूरक शहरांच्या यादीत अग्रस्थानी जागा मिळते.

ड्रेस्डन (Dresden)

'जंगलाजवळच्यालोकांची वस्ती असलेलं ठिकाण' असा ड्रेस्डन या शब्दाचा अर्थ होतो. या शहराचा इतिहास मध्ययुगापासून सुरू होतो आणि ते पुढे किंग्डम ऑफ सॅक्सोनीची राजधानी म्हणून विकसित झालं. नक्षीदार वास्तुकला, कला आणि संस्कृतीमुळे ड्रेस्डेनला 'एल्बचं फ्लॉरेन्स' अशी उपाधी मिळाली. मात्र, दुसऱ्या महायुद्धात शहराचं मोठ्या प्रमाणावर नुकसान झालं. युद्धानंतर पुनर्बांधणी करून ड्रेस्डेननं पुन्हा आपलं सांस्कृतिक वैभव उभं केलं आणि आज ते जर्मनीतलं एक महत्त्वाचं ऐतिहासिक व सांस्कृतिक केंद्र मानलं जातं.

अनेक मायक्रोचिप, नॅनोतंत्रज्ञान आणि प्रगत उत्पादन कंपन्या ड्रेस्डेनला आहेत. युद्धानंतर पुन्हा उभी केलेली कलादालनं आणि संग्रहालयं हे इथलं वैशिष्ट्य आहे. स्वच्छ हवा, शांत वातावरण, आधुनिक रुग्णालयं आणि सुरक्षितता यामुळे ड्रेस्डन हे राहण्यास योग्य शहरांमध्ये वरच्या क्रमांकावर आहे.

जर्मनीतला आपला प्रवास संपला, तरीही तिथल्या स्मृती मात्र आपल्या मनात अखंड रेंगाळत राहतात. बर्लिनची जखम, ऱ्हाईनची कविता, ब्लॅक फॉरेस्टची शांतता, न्युश्वानश्टाईनची परीकथा, हॅम्बुर्गची धडधड आणि कोलोनची श्रद्धा या सगळ्याकडे एकत्रितपणे पाहिलं तर आपल्याला एक संवेदनशील माणसांनी उभा केलेला एक नितांत सुंदर देश पाहिल्याचं समाधान मिळतं.

हा देश आपल्याला इतिहासाचं महत्त्व समजावतो. भूतकाळाला साक्षी ठेवून भविष्याकडे आश्वासक वाटचाल करण्याचं सामर्थ्य देतो. व्यावहारिक जग आणि भावना यांचा योग्य मेळ साधायला शिकवणारा जर्मनी हा देश पर्यटनाच्या निमित्तानं लोकांना आकर्षित करत असला, तरीही त्यांच्या मनात आपली छाप सोडतो.

मानसीनं जर्मनीच्या विविध शहरांची माहिती सांगून झाली, तेव्हा मुलांच्या डोळ्यांत एक वेगळीच चमक दिसत होती. कुणाला बर्लिनच्या इतिहासाचं आकर्षण वाटत होतं, कुणाला म्युनिकची गजबज, तर कुणी ऱ्हाईन नदीच्या काठानं फिरण्याचं स्वप्न रंगवायला सुरुवात केली होती. "ताई, जर्मनी इतका सुंदर असू शकतो, हे माहीतच नव्हतं," अनुष्कानं मनापासून म्हटलं.

त्यावर मानसी म्हणाली, "प्रत्येक शहर आपल्याला काहीतरी नवीन शिकवतं. पण फिरणं म्हणजे फक्त फोटो काढणं किंवा ठिकाणं बघणं नव्हे. त्या जागेची संस्कृती, तिथली माणसं, त्यांचा इतिहास आणि निसर्ग समजून घेतला, तरच खऱ्या अर्थानं प्रवास पूर्ण होतो."

मानसीचं हे बोलणं ऐकून मुलांच्या मनात जर्मनीला एकदा तरी भेट द्यायची इच्छा आणखी घट्ट झाली होती.

कृत्रिम बुद्धिमत्तेच्या मार्गावर

"ताई, हे इतकं छान जर्मनीबद्दल ऐकून मला तिकडे जावंसं तर वाटतंच आहे; पण आज साऱ्या जगात एआय तंत्रज्ञान इतकं प्रगत असताना जर्मनीमध्ये त्याबाबत काय विचार केला जातो?"

प्रियांकाचा प्रश्न ऐकून मानसी म्हणाली, "एकदम महत्त्वाचा प्रश्न विचारलास तू प्रियांका. जर्मनीमधल्या एआयबद्दल जितकी मला शक्य होईल तितकी माहिती देते." काहींच्या चेहऱ्यावर कुतूहल स्पष्ट दिसू लागलं, तर मोठ्यांनाही 'एआय म्हणजे नेमकं किती पुढं गेलंय?' हा प्रश्न पडला होता. "आपल्या रोजच्या गोष्टींमध्ये एआयनं प्रवेश केला आहे; पण जर्मनीसारखा देश तिचा वापर केवळ वेगासाठी नाही, तर जबाबदारीनं आणि माणसांच्या हिताचा विचार करून कसा करतो, हेही समजून घेणं तितकंच महत्त्वाचं आहे," मानसी म्हणाली.

आता जर्मनीच्या तंत्रज्ञानविश्वाची आणि भविष्याच्या दिशेनं टाकलेल्या पावलांची एक नवी सफर सुरू होणार होती.

जर्मनीकडे पाहताना बहुतेक वेळा आपल्या नजरेसमोर कारखाने, मोटारी, यंत्रं आणि काटेकोर वेळापत्रकं उभी राहतात; पण अधिक सखोल विचार केला, तर लक्षात येतं, की या सगळ्याच्या पलीकडे विचारांचा, प्रश्नांचा आणि स्वतःला सगळ्या पातळ्यांवर सतत तपासून पाहणारा, विवेकाचं अधिष्ठान असलेला एक वेगळाच देश आपल्यासमोर उभा राहतो.

मानवी बुद्धिमत्ता ही संकल्पना जर्मनीसाठी नवी नाही. अनेक विचारवंतांनी माणसाच्या विचारक्षमतेच्या मर्यादा, जबाबदाऱ्या आणि परिणाम यांचा शोध घेतला. म्हणूनच आज जेव्हा कृत्रिम बुद्धिमत्ता माणसासारखी विचार करू लागली आहे, तेव्हा हा प्रश्न केवळ तांत्रिक न राहता तत्त्वज्ञानात्मक ठरतो. माणसानं स्वतःच्याच बुद्धीचा आरसा तयार केला आहे. या नावीन्यपूर्ण शोधासाठी जर्मनी जगातल्या इतर देशांच्या तुलनेत फारच लवकर सज्ज झाला होता.

'इंडस्ट्री ४.०' ही संकल्पना जर्मनीत उदयाला येणं हा निव्वळ योगायोग नाही. औद्योगिक शिस्त, दीर्घकालीन नियोजन आणि संशोधनकेंद्री दृष्टिकोन यांचा तो नैसर्गिक परिणाम आहे. जर्मन कारखान्यांमध्ये आज यंत्रं केवळ आदेश पाळत नाहीत; ती डेटा समजून घेतात, परिस्थिती ओळखतात आणि पुढील नियोजनाला हातभार लावतात. स्वयंचलनामुळे कामाचं स्वरूप बदललं; पण त्यामुळे माणसाच्या कार्यक्षमतेवर प्रश्नचिन्ह उपस्थित होण्याऐवजी त्याच्या कामामध्ये अधिक सुलभता आली.

जर्मन भाषा ही शिस्तबद्ध, रचनात्मक भाषा आहे. शिक्षणक्षेत्रात एआयमुळे शिकण्याच्या पद्धती बदलत आहेत; परंतु त्यामुळे शिक्षकांचं महत्त्व कमी झालं असं मात्र अजिबात नाही. इथं एआय शिक्षकाची जागा घेण्यासाठी नव्हे, तर त्याला मदत करण्यासाठी, विद्यार्थ्याला अधिक समजून घेण्यासाठी, त्याच्या गतीनुसार शिकवण्यासाठी वापरलं जातं.

एआयमुळे समाजात सर्वाधिक चर्चा रोजगारावर झाली. लोकांच्या नोकऱ्या जातील की कामाचं स्वरूप बदलेल? या प्रश्नाला जर्मनी हा देश वेगळ्या पद्धतीनं सामोरा गेला आहे. त्यानं संवादातून उत्तर शोधलं. गोपनीयता आणि नैतिकता या बाबी जर्मनीच्या एआयबाबतच्या दृष्टिकोनाचा कणा आहेत. माणूस हाच इथल्या प्रगतीचा केंद्रबिंदू आहे, ही बाब लक्षात घ्यायला हवी.

कला म्हणजे केवळ निर्मिती नव्हे, तर अनुभवांचं रूपांतर आहे. एआय शैली आत्मसात करतं, हे जरी खरं असलं, तरीही त्याला मानवी भावभावना कळत नाहीत. जर्मनीमध्ये 'एआय'ला शत्रू मानलं जात नाही. ते नवे प्रयोग स्वीकारून

नव्या शक्यतांना जन्म देतं. यंत्रानं सर्जनशीलतेला आणखी बहार यायला हवी यावर जर्मनीचा कटाक्ष आहे.

कृत्रिम बुद्धिमत्तेच्या चर्चेत अनेकदा वर्तमान आणि भविष्य यांचाच विचार होतो. जर्मनीच्या संदर्भात एआय समजून घ्यायचं असेल, तर भूतकाळाकडे पाठ फिरवून चालणार नाही. कारण कुठलाही निर्णय घेताना जर्मन समाज इतिहासाला आवर्जून स्मरतो. इतिहासातल्या चुकांमधून शिकून आत्मविश्वासानं भविष्याची वाटचाल करणारा जर्मनी हा देश जगासमोर एक आदर्श उदाहरण आहे.

‘एआय’ला स्मरणशक्ती आहे; पण आठवण नाही. आठवणीत भावना, अपराध बोध, जबाबदारीची जाणीव या गोष्टी असतात. म्हणूनच निर्णयप्रक्रिया यंत्राकडे दिली, तरीही त्याची नैतिक जबाबदारी घ्यायला माणूसच लागेल, असा जर्मनीचा अढळ विश्वास आहे. एआय आणि स्मरणशक्ती यांचा संबंध शिक्षणातही वेगळ्या प्रकारे अधोरेखित होतो. माहिती सहज उपलब्ध असलेल्या काळात स्मरणकौशल्य मागे पडत असल्याचं अनेकदा म्हटलं जातं; पण जर्मनीत शिक्षण हे स्मरणशक्ती घडवण्याचं साधन मानलं जातं. इतिहास, तत्त्वज्ञान आणि साहित्य यांना आजही जर्मनीतल्या अभ्यासक्रमातले महत्त्वाचे विषय आहेत. कारण हे विषय माणसाला प्रश्न विचारायला शिकवतात. एआयला स्वत:ची बुद्धी नसल्यानं ते प्रश्न विचारायला उद्युक्त करत नाही, हा त्यातली मोठी त्रुटी आहे.

एक निरीक्षण असंही आहे, की एआयमुळे माणूस स्वतःच्या मर्यादा अधिक स्पष्टपणे पाहू लागला आहे. यंत्राशिवाय माणूस अपूर्ण आहे, हे सत्य स्वीकारून तीच माणसाच्या माणूसपणाची खूण समजली जाते. जर्मनीत ‘सगळ्यात आधी’ होण्यापेक्षा ‘योग्य रीतीनं’ होण्याला महत्त्व दिलं जातं. हीच भूमिका जर्मनीला एआयच्या जागतिक स्पर्धेत वेगळी ओळख देते.

कृत्रिम बुद्धिमत्ता बहुतेक वेळा उद्योग, धोरण, नैतिकता, भविष्य अशा मोठ्या संकल्पनांच्या भाषेत मांडली जाते; पण प्रत्यक्षात मानवी आयुष्यावर तिचा खोलवर परिणाम होतो. जर्मनीमध्ये एआय आता प्रयोगशाळेतून बाहेर पडून जनसामान्यांच्या दैनंदिन आयुष्यात, घरात आणि रोजच्या व्यवहारात वापरात येऊ लागलं आहे.

कामाच्या ठिकाणी एआय हा सर्वांत मोठा सहकारी आहे. ई-मेल्स वर्गीकृत करणं, वेळापत्रक ठरवणं, आकडेवारीचं विश्लेषण या सगळ्या कामांत एआय मोठी मदत करतं. यामुळे मनुष्यबळाचं काम हलकं झालं असल्याचं सत्य स्वीकारलं, तरी जर्मन कर्मचाऱ्यांना स्वत: करत असलेल्या कामातला अर्थ हरवल्याची भावना

पोखरत चालली आहे. यावरून त्यांची आपल्या कामावरची निष्ठा दिसून येते.

खरेदीच्या अनुभवातही एआय हळूच बदल घडवत आहे. कोणती वस्तू आपल्याला आवडेल, आपण काय खरेदी करायला हवं हे अल्गोरिदम सुचवतात. जर्मन समाजात उपभोगाबाबत नेहमीच काहीशी संयमाची भूमिका राहिली आहे. म्हणूनच एआयमुळे निर्माण होणाऱ्या अतिउपभोगाच्या शक्यतेकडे संशयानं पाहिलं जातं.

आरोग्यसेवेत एआयचं आगमन अनेकांसाठी दिलासादायक ठरलं आहे. तपासण्या अधिक अचूक झाल्या, निदान जलद होऊ लागलं; पण रुग्ण आणि डॉक्टर यांच्यातला संवाद कमी होऊ नये, ही काळजीदेखील तितकीच महत्त्वाची मानली जाते. आजार म्हणजे केवळ आकडे नाहीत; तो अनुभव आहे, भीती आहे, आशा आहे हे यंत्र समजू शकत नाही, ही जाणीव जर्मनीत अधोरेखित होते.

घरगुती आयुष्यात स्मार्ट उपकरणं दिवे लावतात, तापमान नियंत्रित करतात, संगीत निवडतात. या सोयी माणसाला वेळ देतात; पण त्याच वेळी माणूस किती गोष्टी यंत्रावर सोपवत आहे, याचा विचार काही जण करू लागले आहेत. जर्मनीत जाणीवपूर्वक काही काळ तंत्रज्ञानापासून दूर राहण्याची 'डिजिटल विश्रांती' (digital pause/Detox) ही संकल्पना हळूहळू चर्चेत येत आहे.

एआयमुळे मानवी नातेसंबंधांवरही परिणाम होतो. संवाद अधिक जलद झाला आहे; पण तो अधिक खोलवर होत आहे का? हा प्रश्न उरतो. संदेश, सूचना, शुभेच्छा या सगळ्यांतून माणूस सतत जोडलेला असतो; पण कधी कधी एकाकीही वाटतो. जर्मनीत या विरोधाभासावर खुलेपणानं चर्चा केली जाते. कारण मानसिक आरोग्य हा केवळ वैयक्तिक नव्हे, तर सामाजिक विषय मानला जातो.

एआय सामान्य माणसासाठी एक प्रकारचा आरसा होतं. ते त्याच्या सवयी दाखवतं, आवडीनिवडी उघड करतं, अगदी वेळेचं व्यवस्थापनही दाखवतं. एवढं सगळं काटेकोरपणे दाखवणाऱ्या एआयचा माणसांना काही प्रमाणात अडसर ठरू शकतो. जर्मनीत या सगळ्या बदलांकडे एका मोठ्या प्रश्नाच्या रूपात पाहिलं जातं: 'एआयमुळे जीवन सोपं झालं; पण ते अधिक अर्थपूर्ण झालं का?' या प्रश्नाचं उत्तर कदाचित काही काळानं मिळू शकेल.

दैनंदिन जीवनातले हे सूक्ष्म बदल समाजाच्या दिशेचा खरा संकेत देतात. एआय माणसाच्या आयुष्यात किती खोलवर जाईल, हे ठरवणारे निर्णय बहुतेक वेळा रोजच्या सवयींत घेतले जातात. म्हणूनच जर्मनीत एआयबद्दलची चर्चा समाजाच्या प्रत्येक स्तरावर महत्त्वाची मानली जाते.

जर्मनीतला एआयचा प्रवास पाहिला, तर एक गोष्ट स्पष्ट होते. तंत्रज्ञान साधन आहे, ध्येय नाही. आरोग्य, शिक्षण, प्रशासन सगळीकडे एआय असेल; पण अंतिम निर्णय मानवी बुद्धिमत्तेनंच घेतला जाईल याविषयी जर्मनी आग्रही असल्याचं दिसतं. जर्मनी स्वतःला केवळ तांत्रिक महासत्ता म्हणून नव्हे, तर एआयचा जबाबदार मार्गदर्शक म्हणून पाहतं. जागतिक पातळीवर मानवी हक्क, गोपनीयता आणि नैतिकतेचा आवाज बुलंद करण्याची ही भूमिका त्याच्या इतिहासातून आलेली आहे.

मानसीनं जर्मनीमधल्या कृत्रिम बुद्धिमत्तेची माहिती सांगून झाली, तेव्हा काही क्षण शांतता पसरली. मुलांच्या डोक्यात रोबोट्स, स्मार्ट गाड्या, यंत्रमानव आणि भविष्याच्या कल्पना फिरू लागल्या होत्या.

"ताई, म्हणजे भविष्यात सगळी कामं मशीनच करणार का?" रोहननं उत्सुकतेनं विचारलं. मानसी हसली आणि म्हणाली, "तंत्रज्ञान कितीही पुढं गेलं, तरी माणसाची विचार करण्याची क्षमता, संवेदनशीलता आणि योग्य निर्णय घेण्याची ताकद यांची जागा कुणी घेऊ शकत नाही."

"जर्मनीसारखे देश एआयचा वापर करताना एक गोष्ट कायम लक्षात ठेवतात, की तंत्रज्ञान माणसासाठी असतं; माणूस तंत्रज्ञानासाठी नाही." हे ऐकताच मुलांनीही मान हलवली. आजची चर्चा संपली होती; पण भविष्यातल्या जगाविषयीचं कुतूहल आणि काहीतरी नवीन शिकण्याची ओढ मात्र सगळ्यांच्या मनात नव्यानं जागी झाली होती.

एआय आणि जर्मनी यांच्यातला परस्परसंबंध मानसीनं जमेल तितक्या साधेपणानं उलगडून सांगितला. त्यावरून एआय आता भारतातही स्थिरावेल, तेव्हा आपणही जर्मनीप्रमाणेच त्याकडे संकट म्हणून पाहण्याऐवजी संधी म्हणून पाहायला हवं. हे सकारात्मक बीज तिथं असलेल्या सगळ्यांच्याच मनात रुजलं.

मानसीच्या गोष्टीवेल्हाळ कथनानं मुलांचा सुट्टीतला वेळ कसा आनंदात गेला, हे कुणालाच कळलं नाही. जर्मनीची भौगोलिक रचना, तिथली माणसं, त्यांची शिस्त, कामाची पद्धत, खान-पान, शिक्षण, अर्थकारण आणि सामाजिक जीवन या सगळ्याची सफर मानसीनं घडवून आणली. जर्मनीतल्या मूल्यव्यवस्थेविषयी सांगताना ती इथल्या मुलांमध्येही काही चांगल्या सवयी रुजाव्यात, असाही तिनं प्रयत्न केला.

सगळ्यात महत्त्वाचं म्हणजे, मानसीनं कधीही जर्मनी आणि भारत यांची तुलना केली नाही. प्रत्येक देशाचं वेगळेपण मान्य करत, तिनं केवळ तिच्या अनुभवांमधून मुलांसमोर एक नवा देश उलगडला. स्क्रीनमध्ये रमणारी मुलं आता गोष्टी, प्रश्न आणि नव्या कल्पनांमध्ये गुंतू लागली होती. काही मुलांनी तर आता मोठं झाल्यावर जर्मनीला जाऊन शिक्षण घ्यायचं, तिथले कारखाने बघायचे किंवा ऱ्हाईन नदीच्या काठानं फिरायचं, अशी स्वप्नं रंगवायला सुरुवात केली होती.

मोठ्यांनाही या गोष्टींमधून एक वेगळी दुनिया समजली होती आणि नकळत स्वतःच्या सवयींकडे नव्यानं पाहावंसं वाटू लागलं होतं. या उपक्रमामुळं गप्पांमधून शिकण्याचा नवा अर्थ उमगला होता.

वीस दिवस कसे संपले, हे मानसीलाही कळलं नाही आणि तिच्या फ्रँकफुर्टला परतण्याचा दिवस उजाडला. 'आम्ही मानसीताईला एअरपोर्टवर सोडायला येणार!' असा मुलांनी हट्टच धरला. विमानतळावर निरोप घेताना मानसीची पावलंही जड झाली होती.

मानसी जर्मनीला निघाली; पण मुलांच्या मनात तिनं रुजवलेली जर्मनीची उत्सुकता आणि मोठी स्वप्नं मात्र तशीच जिवंत राहिली. 'एका देशाबद्दल जाणून घेताना आपण जगाकडे बघायची दृष्टीही बदलू शकतो,' ही जाणीव या वीस दिवसांनी सगळ्यांनाच नकळत करून दिली होती. मानसी सगळ्यांचा निरोप घेऊन विमानतळाच्या आत गेली. मुलं काचेतून तिच्याकडे पाहत उभी राहिली.

थोड्याच वेळात त्यांच्या लाडक्या मानसीताईच्या विमानानं फ्रँकफुर्टच्या दिशेने आकाशात उंच झेप घेतली, त्या क्षणी मुलांच्या डोळ्यांत चमकणाऱ्या स्वप्नांसारखीच!

लेखक परिचय

सिद्धेश आरती श्याम वकील

शब्दांच्या विश्वात अर्थाचा शोध घेणारे आणि संस्कृतींच्या विशाल आकाशात नव्या क्षितिजांचा वेध घेणारे सिद्धेश आरती श्याम वकील हे आधुनिक काळातील एक संवेदनशील, विचारशील आणि बहुआयामी लेखक आहेत. ज्ञान ही त्यांची श्वासासारखी नैसर्गिक गरज असून, मानवी अनुभवाचा प्रत्येक धागा समजून घेण्याची अंतरिक ओढ त्यांना सतत पुढे नेत राहते.

त्यांचा शैक्षणिक प्रवास 'बीकॉम' पदवीने सुरू झाला; परंतु मनाने ते सदैव भाषांच्या आणि संस्कृतींच्या मार्गावर भटकणारे प्रवासी होते. याच ओढीने त्यांनी जर्मन भाषेतील 'सी 1.1' स्तर प्राप्त केला. ज्यामुळं त्यांना केवळ भाषेतील प्रावीण्य मिळालं नाही तर जर्मन समाज, मानसिकता आणि संस्कृतीचा सखोल अभ्यास करण्याची एक अनोखी संधीच मिळाली. त्यांच्या लेखनातून जर्मन संस्कृतीबद्दलची आत्मीयता डोकावतेच शिवाय भारतीय संस्कृतीशी केलेली अभ्यासपूर्ण तुलनाही आपल्याला समृद्ध करते.

विविध भाषांवर आणि संस्कृतींबद्दल ओढ सिद्धेश यांना असल्यानं त्यांची ओळख बहुभाषिक आणि 'इंटरकल्चरल ट्रेनर' म्हणून झाली आहे. जर्मन आणि भारतीय संस्कृतींच्या अभ्यासातून एक संवादसेतू उभारण्याच्या दृष्टीनं त्यांचं काम सुरू आहे. एखाद्या देशातल्या संस्कृतीबद्दल दुसऱ्या देशातल्या लोकांमध्ये असलेला गैरसमज दूर करून परस्परांमध्ये संवादप्रक्रिया घडवून आणण्याकडे त्यांचा कल राहिला आहे.

आयुष्यातल्या विविध अडीअडचणींना सामोरं जाणाऱ्यांना आणि व्यावसायिक पातळीवर त्यांना भेडसावणाऱ्या समस्या सोडवण्याचं कामही सिद्धेश करतात. 'लाइफ कोच', 'पर्सनल डेव्हलपमेंट कोच' आणि 'कम्युनिकेशन ट्रेनर' अशी ओळखही त्यांनी निर्माण केली आहे.

त्यांच्यात असलेली सकारात्मकता ही अनेकांना स्वतःकडे नव्या दृष्टीनं पाहण्यास प्रवृत्त करते. एखाद्याला सल्ला देण्यापेक्षा स्वतःकडेच नव्या नजरेनं कसं पाहता येईल, याबाजूनं मार्गदर्शन करणं त्यांना महत्त्वाचं वाटतं.

अभ्यासातून मिळालेली माहिती वेगळ्या पद्धतीनं सांगण्याची त्यांची हातोटी असून अवघड विषय सहजसोप्या भाषेमध्ये मांडण्याचे कौशल्य त्यांनी आत्मसात केलं आहे. त्यांनी आजवर केलेल्या लिखाणाचंही हेच वैशिष्ट्य राहिलं आहे. त्यामुळंच सिद्धेश वकील यांचं लिखाण वाचकाच्या मनाला भावतं आणि नवी दृष्टी देतं.

***

www.ingramcontent.com/pod-product-compliance
Lightning Source LLC
LaVergne TN
LVHW010755051026
849532LV00007B/2380
* 9 7 8 9 3 4 7 1 3 8 5 4 6 *